மொழிவது சுகம் -1

நாகரத்தினம் கிருஷ்ணா

Copyright © Krishna Nagarathinam
All Rights Reserved.

அல்பெர் கமுய்க்கு....

பொருளடக்கம்

பொருளடக்கம்

அணிந்துரை

சுகமான வாசிப்பு வாய்த்து விடுகிறது, நாகரத்தினம் கிருஷ்ணாவின் "பொழிவது சுகம்" நூலை முன்வைத்து*

— பேராசிரியர் க. பஞ்சாங்கம்

நாகரத்தினம் கிருஷ்ணாவை இந்த ஆண்டு ஏப்ரலில் நண்பர் பிரெஞ்சுப் பேராசிரியர் நாயக்கர் மூலமாகச் சந்தித்துப் பழகுகிற வாய்ப்பு கிடைத்தது; பிரான்சில் வாழும் அவர் அடிக்கடித் தனது சொந்த மண்ணுக்கு வந்து போய்க்கொண்டுதான் இருக்கிறார்; ஆனால் இந்தத் தடவைதான் அவரோடு உரையாடுகிற அனுபவம் கிட்டியது. மனிதர்களுக்கிடையேயான உறவுகளைக் கூடச் சந்தர்ப்பங்கள்தான் நிர்ணயிக்கின்றன போலும். அவரது எழுத்துக்கள் சிலவற்றைக் காலச்சுவடு போன்ற சிறுபத்திரிக்கையில் வாசித்திருக்கிறேன். ஆனால் புத்தகமாக எதையும் வாசித்ததில்லை. அந்த வாய்ப்பும் இப்பொழுது கிடைத்தது. செஞ்சி நாயக்கர் வரலாற்றைக் களமாகக் கொண்டு அவர் எழுதியுள்ள 'கிருஷ்ணப்ப நாயக்கர் கௌமுதி' என்ற நாவலை, செஞ்சியிலே வெளியிட்டு அறிமுகப்படுத்தும் நிகழ்ச்சியில் கலந்து கொண்டேன். அதன்பொருட்டு நாவலை வாசிக்க வாசிக்க அவருடைய எழுத்துக்குள்ளேயே வேகமாகப் பாய்ந்து கொண்டிருந்தேன் என்றுதான் சொல்ல வேண்டும். அப்படியொரு எடுத்துரைப்புப் பாணியில் எழுதியுள்ளார். அந்நாவலைக் குறித்து ஒரு மதிப்புரையையும் எழுதியுள்ளேன். இப்பொழுது இங்கே நான் சொல்ல வந்தது அவருடைய மற்றொரு நூலான "மொழிவது சுகம் (சிந்தனை மின்னல்கள்)" என்பது குறித்தாகும். 24 கட்டுரைகளின் தொகுப்பாக அமையும் இந்நூலுக்குச் சிந்தனை மின்னல்கள் என்று தமிழில் அடைமொழி கொடுத்துள்ளார்; ஆங்கிலத்தில் 'சுதந்திரச் சிந்தனைகள்' என்று பொருள்படும் Free thoughts என்று அடைமொழி தந்துள்ளார். உண்மையில் இரண்டுமே

பொருந்தும் படியாக இந்நூலிலுள்ள செய்திகள் மின்னல் போன்று பன்முகப்பட்ட திசையில் ஒளி பாய்ச்சுபவைகளா- கவும், யாருக்கும் அஞ்சாத சுதந்திரமான எண்ணவோட்- டங்களாகவும் அமைந்துள்ளளன. கூடவே, மொழியின் நுட்- பங்களை உணர்ந்து அதை வேலை வாங்கும் ஒர் ஆளு- மைமிக்க எழுத்தாளராக ஆழமாகப் பதிவாகிக் கொண்டே போகிறார்.

கால் நூற்றாண்டிற்கும் மேலாக ஐரோப்பியச் சூழலில் வாழ்ந்தாலும், தமிழ் மண்ணையும் அதன் வாழ்வையும் குறித்துப் பெரிதும் அக்கறையோடு சிந்திப்பவராகவும், அதனால் பாரம் சுமப்பவராகவும் தன் எழுத்தின் மூலம் வெளிப்படுகிறார்; எந்தப் பொருள் குறித்து எழுதினாலும் தமிழ்ப் பின்னணி, ஐரோப்பிய பின்னணி என்ற இரண்டு களத்திலும் நின்று கொண்டு அலசுவதால் அவர் எழுத்துப் பளிச்செனத் தன்னைத் தனியாக அடையாளப்படுத்திக் கொள்ளுகிறது.

'பெண்களின் மகத்தான சக்தியை ஆண்களுக்குணர்த்து- வதே எனது எழுத்தின் நோக்கம்' எனச் சொல்லும் எழுத்- தாளர் மரிதியய் (Marie NDiay) என்பாரை அறிமுகப்- படுத்த முயலும் கிருஷ்ணா, தமிழ்நாட்டில் நிகழும் வாரிசு அரசியலை, வாரிசு சினிமா உலகத்தை எல்லாம் முதலில் கேலி செய்கிறார்; நல்லவேளை எழுத்தாளர் உலகத்தில் அந்த வாரிசுத்தொல்லை இல்லை என அமைதி அடை- கிறார்; இதற்கும் காரணம் எழுத்தாளனை அடையாளப்- படுத்தப் பயன்படுகின்ற "தரித்திர சூழல்தான்" என்கிறார்; இங்கேயும் "பெட்டி பெட்டியாய்ப் பணத்திற்கும் வானளாவிய அதிகாரத்திற்கும் வாய்ப்பிருக்குமென்றால்" வாரிசுகள் உற்- பத்தி ஆகிவிடுவார்கள் என்று கேலிமொழியைக் கையா- ளும்போது வாசிப்பதும் மொழிவது போலவே சுகம் பெறு- கிறது. தொடர்ந்து அங்கே எவ்வாறு தர்க்கப்பூர்வமாகத் தேர்வுக் குழுவினர் பரிசுக்குரியவரைத் தேர்ந்தெடுக்கிறார்கள் என்று அவர் விளக்கிக் கொண்டே போகும்போது, இங்கே

எப்படிப் பரிசு என்பது தரம் சார்ந்து இல்லாமல், 'வேண்-டியவர்' என்ற தளத்தில் வழங்கப்பட்டுக் கொண்டிருக்கிறது என்கிற நம் இலக்கிய உலகின் இழிநிலையைச் சுட்டிக்காட்டி விடுகிறார். இன்னொரு முக்கியமான தகவலையும் தருகி-றார். 2007 ஆம் ஆண்டு பிரான்சு நாட்டு அதிபராக நிக்கோலாஸ் சர்க்கோசி அறிவிக்கப்பட்டவுடன், ''அந்த ஆண் ஒரு மிருகம், இனவாதி, அவரது ஆட்சியின்கீழ் பிரான்சில் வசிக்க எனக்கு விருப்பமில்லை'' என்று வெளி-யேறி கடந்த மூன்று ஆண்டுகளாகப் பெர்லினில் வாழ்ந்து வருகிறாராம் அந்த 43 வயது பெண் எழுத்தாளர்; ஆனா-லும், பிரெஞ்சு இலக்கிய உலகம் அவருக்குத்தான் 2009-இல் கொன்க்கூர் இலக்கியப் பரிசை அளித்து மரி-யாதை செய்கிறது. நம் தாய்ப்பூமியில் இது நிகழுமா?

அங்கேயும் வலது, இடது, ஆளுங்கட்சி, எதிர்க்கட்சி என்ற வேறுபாடு இல்லாமல் அரசியல்வாதிகள் பரிசுக்குரி-யவர் பிரான்சு தேசத்தின் பெருமையைப் போற்றவில்லை; பிரான்சு நாட்டு அதிபரையும் நாட்டையும் சிறுமைப்படுத்திப் பேசி இருக்கிறார் என்று விமர்சித்துள்ளனர்; ஆனால் தேர்வு செய்த படைப்பாளிகள் அவர் என்ன எழுதியிருக்கிறாரெனப் பார்த்துதான் பரிசளிக்கிறோமே தவிர என்ன பேசினார் எனப் பார்த்துப் பரிசளிக்கவில்லை. தவிர சுதந்திரம் சுதந்திர-மென்று வாய்கிழியப் பேசுகிறோம், ஓர் எழுத்தாளரை இப்-படிப் பேசக்கூடாது, அப்படிப் பேசக்கூடாதென்று தெரிவிப்ப-தன் மூலம் அவர்கள் என்ன சொல்ல வருகிறார்கள்? சுதந்-திரமான நாட்டில்துானே இருக்கிறோம்?'' என்றும் அரசாங்-கத்தைப் பாரத்துக் கேட்டிருக்கிறார்கள். 'நாமார்க்கும் குடி-யல்லேம்' என்று இந்தக் கடுரைக்குத் தலைப்புக் கொடுத்-துள்ளார். கூடவே அதிபருக்கு விசுவாசமாக இருந்த இடது-சாரி அமைச்சரை ''ஐம்பது பைசாவிற்குக் கால் மடக்கிக் கையேந்துகிறது எங்கள் ஊர் யானை' என்று கவிஞர் சுயம்-புலிங்கத்தின் வரியை எடுத்துப் போட்டு விமர்சிக்கும்போது இவருக்குள்ளும் வினைபுரியும் சுதந்திரயுணர்வைப் புரிந்து

கொள்ள முடிகிறது.

----

* நன்றி 'கீற்று' இணைய இதழ்

1

பெண்களின் மகத்தான சக்தியை ஆண்களுக்கு உணர்த்துவதே எழுத்தின் நோக்கம், மரி தியய்

அரசியலில் சாதாரணமக்கள் உள்ளே நுழைய முடியுமா என்பது கேள்-விக்குறி. மன்னராட்சிமுறை மீண்டும் வந்திருக்கிறது. இனி அடுத்தடுத்து வாரிசுகள் எல்லா கட்சிகளிலும் தயார். சாட்சிக்கென்று ஒன்றிரண்டு உதாரணங்கள் உலக அளவிலும் இல்லாமலில்லை. வானளாவ அதி-காரத்தையும், ஏவலுக்கு அடிமைகளையும் பதவி வரமாக தருகிறபோது எந்த அரசியல்தவசி வேண்டாம் என்பான். தொண்டர்களின் பயன்பா-டென்பது அநேகமாக தீக்குளிக்கவோ சாலை மறியலுக்கோ உதவக்-கூடும். சினிமாவுக்கும் அதுதான் நிலைமை. மேடை நடிகராக இருந்-தேன், பஸ் கண்டக்டராக இருந்தேன் என்று சொல்லும் நடிகர்களைக் இனி காண்பரிது. அங்கும் வாரிசுகளின் ஆதிக்கந்தான். பத்துரசிகர்களை

படம்பிடித்து, தியேட்டர் நிரம்பிவழிகிறது என்றெழுத அவர்களுக்கான எஜமானர்களும் தயார். இனி ஐஜி பிள்ளை ஐஜி கான்ஸ்டபிள் மகன் கான்ஸ்டபிள், கலெக்டர் பிள்ளை கலெக்டர் என்றொரு சட்டம் கொண்-டுவந்தால் சகலவியாதிக்கும் நிவாரணம் தேடியதுபோல ஆகும். இதில் பாதிக்கப்படாதத் துறையென்று எழுத்துலகத்தைச் சார்ந்தவர்கள் பெரு-மைப்பட்டுக்கொள்ளலாம். இலக்கியத்தை பொறுத்தவரை அது சுதந்-திரத்தோடு இயங்குகிறது. அப்படித்தான் நினைக்கிறேன். இக்கட்டுரை-யின் இறுதி பத்தியைப் படித்துவிட்டு நமது இலக்கிய உலகம் முடிவுக்கு வரலாம்.

தமிழ்ச் சூழலில், நேற்றைய உலகைக் காட்டிலும் இன்றைக்கு ஒரளவு பரவலாக எழுத்தாளர்கள் அறியபட்டிருக்கிறார்கள். அதிக எண்ணிக்-கையில் எழுத்தாளர்கள் இருக்கிறார்கள். நிறைய இளைஞர்களின் நல்ல எழுத்துக்களுக்கு வாய்ப்புகள் கிடைக்கின்றன. நம்பிக்கைதரும் விதத்தில் சமூகத்தின் பலபிரிவிலிருந்தும் எழுத்தாளர்கள் வருகிறார்கள். நல்ல எழுத்தை தேடி ஆதரிக்கும் சிற்றிதழ்கள் எண்ணிக்கையும், தரமான பதிப்பகங்களும் நாளுக்குநாள் அதிகரித்துவருகின்றன. நம்ம சாதி, நம்ம கோத்திரம் லைட்டை போடு மேடைகொடு என்ற சிபாரிசுகளின்றி அவர்-களுக்கு முகவரி கிடைக்கிறது. தமிழர்களின் சுவாசம் என்று அறிய-பட்ட அரசியலும் சினிமாவிலும் நடக்கிற கூத்துகளைப் பார்க்க எழுத்து துறை தேவலாம் என்ற நிலை. இங்கேயும் பெட்டி பெட்டியாய் பணமும் வானளாவிய அதிகாரத்திற்கும் வாய்ப்பிருக்குமென்றால் அரசியல்போல, சினிமா போல அடுத்தவரை நுழையவிடாமல் வாரிசுகளுக்கென்று ஒதுக்-கிக்கொண்டிருப்பார்கள். எழுத்திற்கு நிறம் தரித்திரமென்று எல்லோருக்-குந்தெரியும். 'ஒக்கல் வாழ்க்கை' என்பதால் சதிகள் குறைவு; கூட்டணி-களின் தேவையில்லை. எழுத்தை மாத்திரம் நம்பி ஜெயிக்கலாம். ஆக எழுத்தாளனை அடையாளப்படுத்த, இருக்கிற தரித்திர சூழல் ஒருவகை-யில் உதவுகிறது.

கடந்தவாரத்தில் (நவம்பர் இரண்டாம் தேதி) பாரீஸ் நகரில் த்ரூவான் என்ற பெயர்கொண்ட உணவுவிடுதிக்கு முன்பாக உள்ள லா பிளாஸ் கையோன் திடலில் தொலைக்காட்சி நிறுவனங்களுக்குச் சொந்தமான வாகனங்கள் குவிந்திருந்தன (பார்க்க இணைப்பு) புகைப்படக்காரர்களும், காமிராமேன்களும் திபுதிபுவென்று குவிந்தனர். கூடியவர்களில் ஒருசில பொலிஸாரும், இலக்கிய ஆர்வலர்களும் அடக்கம். வந்திருந்தவர்களில்

சிலர் வழக்கமாக அந்த நேரத்தில் கூடுகின்ற மக்கள் இல்லையே முணு-முணுக்கவும் செய்தனர். அவர்கள் முணுமுணுத்ததுபோல மிகக்குறைவான மக்களே அங்கு கூடியதாகச் செய்தி. அதற்குத் துறலிட்டுக்கொண்டிருந்த வானம் காரணமென்று ஒரு சிலர் சமாதானம் சொல்லிக்கொண்டார்கள். பகல் பன்னிரண்டு நாற்பத்தைத்துக்கு கொன்க்கூர் இலக்கிய பரிசுக்குழு-வின் காரியதரிசி திதியே தெக்கோன் என்பவர் 2009ம் ஆண்டுக்கான கொன்க்கூர் இலக்கிய பரிசு மரி தியய்(Marie NDiaye)க்கு வழங்-கப்படுவதாக அறிவித்தார். பரிசுக்குரியதாகத் தேர்ந்தெடுக்கபட்ட நாவல் 'சக்திவாய்ந்த பெண்மணிகள் மூவர்'(Trois femmes puissantes)-நோரா, ஃப்த்தா, கண்டி என்ற மூன்று பெண்மணிகளின் வலிமையை சொற்களைக்கொண்டு கட்டமைத்திருக்கிறார் ஆசிரியர்.

தேர்வுக்குழுவில், இன்றையதேதியில் பிரெஞ்சு இலக்கியபிரமுகர்க-ளில் முக்கியமானவர்கள் எனசொல்லப்டுகின்றவர்கள் இடம் பெற்றிருந்-தனர். வழக்கம்போல இந்த ஆண்டும் இறுதிச் சுற்றில் இடம்பெற்றிருந்த நான்கு நாவல்களுக்குள்ளும் போட்டி கடுமையாக இருந்திருக்கிறது. எனினும் எழுத்தாளர் மரி தியய் முதல் சுற்றிலேயே தேர்வுக்குழுவின-ரின் பெரும்பான்மையான வாக்குகளைப் பெற்றிருக்கிறார். இந்தியாவில் பரிசுக்குரிய நாவலை அல்லது படைப்பை தேர்வுசெய்யும் நீதிபதிகள், தேர்வு முடிவை அறிவிக்கிறபோது, பத்திரிகையாளர்களிடம் அந்நாவ-லுக்கு வாக்களிக்க தம்மைத் தூண்டியது எது, எவை என்பதை பகிர்ந்து-கொள்வார்களா என்று தெரியாது. ஆனால் கொன்க்கூர் தேர்வுக் குழு-வின் கீழ்க்கண்ட அபிப்ராயங்களை படிக்கிற எவருக்கும் பரிசுக்குரிய படைப்பின் தேர்வு ஒரு சம்பிரதாய சடங்கல்ல என்பதையும், துலாக்-கோலைப் பிடிக்கிறபோது அவர்கள் கைகள் நடுங்குவதில்லை என்றும் விளங்கிக்கொள்கிறோம்.

நீதிபதிகளுள் ஒருவரான பெர்னார் பிவோ, நாவலில் தன்னை கவர்ந்த அம்சம், ஆசிரியர்(மரி தியய்) பெயருரிச்சொற்களையும் வினை-யுரிச்சொற்களையும் கையாண்டுள்ள திறனே காரணமென்றார். பிரான்-சுவாஸ் சந்திரநாகூர் (பெயரை கவனியுங்கள்- சந்திரநாகூர் பிரெஞ்-சிந்திய காலணியின் கீழிருந்த பகுதி) என்கிற பெண்ஜூரி கடைசிச் சுற்றில் இடம்பெற்ற நான்கு நூலாசிரியர்களுமே பரிசுக்குரியவர்களென்-றும், மரி தியய்யின் நாவலை மாத்திரம் பட்டியலிலிருந்து நீக்கியிருந்தால் அநேகமாக தமது வாக்கு எழுத்தாளர் ஜான்-பிலிப் தூஸ்ஸென் (Jean-

Philippe Toussaint)னுக்கே விழுந்திருக்கும் என்றார். உண்மையில் மரி தியய் படைப்புகள் எதையும் விரும்புவதில்லை. ஆனால் இநாவலில் ஆரம்பம் முதல் கடைசிவரை நூலாசியர் இருப்பை எழுத்தில் உணரமுடிந்ததென்றும்; நாவலின் வருகிற பெண்களின் கதைகள் தம்மை நெகிழுச் செய்தனவென்றும்; தகப்பனாக வருபவனின் ஆதிக்க மனோபாவம் தமது தந்தையை நினைவூட்டும் வகையில் இருந்ததென்றும் கூறினார். மற்றொரு ஜூரியான திதியே தெக்குவான், மரி தியய்யின் எழுத்து உன்னதமானது. போட்டிக்கு வந்திருந்த நூல்களை வாசித்த உடனேயே, பரிசுக்குரியவர் மரியென்று தீர்மானித்துவிட்டேன். எல்லா தரப்பு வாசகர்களுக்கும் உரியது. சொல்லப்பட்டிருக்கிற கதை வாசகரில் பலரின் விருப்பத்திற்கு எதிரானதென்றாலும் கதைசொல்லப்படிருக்கும் உத்திக்காக அவசியம் வாசிப்பார்கள். "மார்க்கிஸ் உடுத்திக்கொண்டு வெளியில் புறப்பட்டபோது மாலை ஐந்து மணி" என்று வாசித்து எனக்கு அலுத்துவிட்டது. எனக்கு அவள் உபயோகித்திருக்கிற வாசனைதலைத்தின் மணம் முக்கியம், மரி தியய்யின் கதைமாந்தர்கள் வாசத்துடன் உலவுகிறார்கள். மருத்துவமனையிலிருக்கும் தந்தையிடம் வீசும் வாசனை, சிறையிலிருக்கும் சகோதரனின் உடலுக்குள்ள மணம், சட்டென்று பக்கங்களை புரட்டுகிறபோது என்மீது படிகின்றன. சொல்லப்போனால் எழுத்தாளனென்ற வகையில் மரி தியய் எழுத்துகளின் மீது எனக்கு பொறாமையுண்டு, என மனம் திறக்கிறார்.

தீர்ப்புமட்டுமல்ல, தீர்ப்பிற்கான காரணிகளும் வாசிப்பு அனுபவத்தில் பகிர்ந்துகொள்ளும் சொற்களும் பெற்ற பரிசைக்காட்டிலும் எழுத்தாளனை முன்நிறுத்த உதவுபவை. பாராட்டு என்பது இயல்பாக வரவேண்டும், நிர்ப்பந்தப்படுத்தியோ, வேண்டியோ பெறுவதாலோ பயன்களில்லை. பொய்யாய் எழுதப்படும் மதிப்புரைகள் விளம்பரத்துக்கு உதவலாம், எழுத்தாளனின் வளர்ச்சிக்கு ஒருபோதும் உதவாது.

மரிதியய் குறித்து சில கூடுதல் தகவல்கள்: எழுத்தாளருக்கு 43 வயது. தந்தை செனெகல் நாட்டைச்சேர்ந்தவர், இவரது அன்னை தாவரவியல் பேராசிரியை. எழுத்தாளர்க்கு வயது ஓராண்டு முடிந்திருந்த நிலையில் தந்தை சொந்த நாடுக்குத் திரும்ப, தந்தையுடனான உறவு முடிவுக்கு வருகிறது. கணவரும் ஒரு எழுத்தாளர். 2001ம் ஆண்டு Rosie Carpe நாவலுக்காக Femina பரிசினை வென்றிருக்கிறார். எழுத்துக்கான ஆரம்பம் பதினேழு வயது. முதல் நாவலே விமர்சர்களின்

ஏகோபித்த வரவேற்பை பெற்றது. Papa doit Manger (அப்பாவுக்குப் பசி) என்ற படைப்பு பாரீஸின் புகழ்பெற்ற நாடக அரங்கமான COMEDIE FRANCAISE மேடையேற்றப்பட்டிருக்கிறது. 1799லிருந்து இருந்து வருகிற இத்தியேட்டர் அரங்கில் வாழும் காலத்தில் ஒரு எழுத்-தாளரின் படைப்பு மேடையேற்றப்பட்டதாக சரித்திரமில்லை. நாவல்கள் சிறுகதைகள் தொகுப்பென்று பன்னிரண்டும், நாடகங்கள் ஏழும், சிறுவர் சிறுமியருக்கும் எழுதி வெளிவந்த நூல்களும் இவர் கணக்கில் உள்ளன.

2007ம் ஆண்டு பிரான்சுநாட்டு அதிபர் தேர்தலில் நிக்கோலாஸ் சர்க்கோசி வெற்றிபெற்று, அதிபரென அதிகாரபூர்வமாக அறிவிக்கப்பட்-டவுடன், "அந்த ஆள் ஒரு மிருகம், இனவாதி. அவரது ஆட்சியின் கீழ் பிரான்சில் வசிக்க எனக்கு விருப்பமில்லை", என்று கூறி பிரான்சு நாட்-டைவிட்டு வெளியேறி கடந்த மூன்று ஆண்டுகளாக பெர்லினில் கணவ-ருடன் வசித்து வரும் பெண்மணி என்பதும் முக்கியமானதொரு தகவல். அதிபரை இப்படிக் கிழித்துப்போட்ட பெண்மணிக்குப் பரிசளித்து இலக்-கியம் வேறு அரசியல்வேறு என்று தெரிவித்திருக்கிற பிரெஞ்சு இலக்கிய உலகத்தின் நேர்மையையும் குறிப்பிடவேண்டும்.

—

2

சுவர்கள்: பெர்லின் முதல் உத்தபுரம் வரை

அந்நியரிடமிருந்து சொந்த உடமைகளைக் காத்துக்கொள்ள வேலி. அதிகாரமும், நீதியும் உங்கள் கையிலிருப்பின் நத்தம், புறம்போக்கு, அனாதீனங்களை உடமையாக்கிக்கொள்ளவும் வேலிபோடலாம். கட்சி பேதமின்றி எல்லா தலைவர்களுக்கும், அதிகாரிகளுக்கும் அதற்கான சாமர்த்தியமுண்டு. அமைச்சரில் ஆரம்பித்து, கிராம நிர்வாக ஊழியர்-வரை அவரவர் செல்வாக்கிற்கேற்ப பொதுநிலத்தை அபகரிப்பதென்பது ஒரு கலையாகவே இங்கே வளர்ந்திருக்கிறது. ஒருவரும் விதிவிலக்கல்ல. இவர்கள் எல்லோருக்குமே சட்டம் தமது கடமையைச் செய்யுமென்று நன்றாகத் தெரியும். நடிகனென்றால் தமிழ்நாட்டில் அரசு பொது நோக்-கிற்காக கையகப்படுத்திய நிலத்தைக்கூட கேட்டு வேலிபோட முடியும். ஏழைகள் சிரிப்பில் இறைவனை காண்பவர்களில்லையா? அந்நியரிடமி-ருந்து சொந்த உடமைகளைக் காத்துக்கொள்ள மாத்திரமல்ல, அரசு எந்-திரங்களின் ஆசீர்வாதத்தோடு பொதுசொத்தை அபகரிக்கவும், அப்பாவி தமிழ் அகதிகளை பட்டியில் அடைக்கவும் வேலிக்கு உபயோகமுண்டு. இந்த வேலிக்கு இன்னொரு வடிவமும் உண்டு பெயர்: சுவர்.

பிரிவினையென்றால் தடுப்புச் சுவர் எழுப்பி வாழப் பழகுவதென்பது இன்று நேற்று ஏற்பட்டதல்ல, காலங்காலமாய் மனிதர் இரத்தத்தில் கலந்-

தது. ஆற்றோரங்களை மனிதரினம் தேடிப்போனபோது ஏற்பட்டிருக்க-
லாம். தமக்கென்று ஒரு குடிசைவேண்டுமென கலவி முடித்த ஆதாமும்
ஏவாளும் யோசித்திருப்பார்கள். சுவர் பிறந்த காரணத்திற்கு சுயநலம்
ஒரு கிரியாஊக்கி. மனிதரினத்தில் இச்சுவர்களுக்குப் பல பெயர்கள்.
நிறம் என்கிறோம், சாதி என்கிறோம், மதம் என்கிறோம், மொழி என்கி-
றோம், உங்களுக்குத் தெரிந்த இங்கே சொல்ல அலுப்புற்றவையும் அவற்-
றுள் அடக்கம். அவரவர்க்கு கிடைத்த கற்களைக்கொண்டு சுவர் எழுப்-
புவது மாத்திரம் தொடர்ந்துகொண்டிருக்கிறது. சுற்றுச் சுவருக்குளே உட்
சுவர்களும் உண்டு. வெங்காயம்போல உரித்துக்கொண்டுபோனால் தனி-
மைச் சுவரில் அது முடியும். ஒருவகையில் அது நான், எனதென்ற சுய-
மோகத்தின் உச்சம். 'பிறர்' என்ற சொல்லின் மீதான அச்சம். ஆனா-
லும் சுவர்கள் நிரந்தரமானதல்ல என்பதும் வாழ்வியல் தரும் உண்மை.
அடைப்பட்டுக்கிடந்தவன் அலுத்துபோய் ஒரு நாள் சன்னலைத் திறக்-
கிறான், பிறகொருநாள் கதவைத் திறக்கிறான். ஆனாலும் ஒருவன்
கதவினைத் திறக்கிறபோது உலகின் ஒரு மூலையில் இன்னொருவன்
கதவினை அடைத்துக்கொண்டு எனக்கு ஒருவரும் வேண்டாம் என்கி-
றான். இன்னாதம்ம இவ்வுலகம் இனியது காண்பர் அதன் இயல்புணர்ந்-
தோர், என்று கூறி நம்மை நாமே சமாதானப்படுத்திக்கொள்வதைத் தவிர
வேறு வழிகளில்லை.

கடந்த வாரம் நவம்பர் 9ந்தேதி பெர்லின் சுவர் வீழ்ந்து இருபது
ஆண்டுகள் முடிந்த தினத்தை கோலாகலமாக ஜெர்மன் நாடு தமது
நட்புநாடுகளுடன் சேர்ந்து கொண்டாடியது. அந்த வெற்றிக்குப்பின்னே
மிகப்பெரிய சோகம் ஒளிந்துகிடக்கிறது. நாஜிகள் செய்தபாவத்திற்கு
ஜெர்மன் மக்கள் மிகமோசமாக தண்டிக்கப்பட்டனர். ஸ்டாலின் அரக்க
மனம் ஹிட்லருக்கு எந்தவிதத்திலும் குறைந்தது அல்ல. ஹிட்லராவது
தனது ஆட்சிகாலத்தில் தன்னைச் சார்ந்தவர்களையும் தன்னினத்தையும்
நேசித்தான். ஸ்டாலின் தன் நிழலைக்கூட நம்பியவனல்ல. இன்றைய
இலங்கைத் தமிழர்கள் குடும்பங்களைப்போலவே பெர்லின் நகரத்தை
சேர்ந்த ஒவ்வொரு ஜெர்மானிய குடும்பத்திலும் உயிரிழப்புண்டு, போரின்
வடு உண்டு. நாஜிப்படைகளுக்கு தரத்தில் ஓர் இம்மி அளவும் செம்-
படைகள் குறைந்தல்ல. இரண்டாம் உலகப்போரின் முடிவில் ஜெர்மன்
வீழ்ந்து 1945ம் ஆண்டு சோவியத் யூனியன் படைகள் பெர்லின் நகரத்-
திற்குள் நுழைந்தபோது இரண்டு மில்லியன் பெண்கள் வன்புணர்ச்-

சிக்கு ஆளானார்கள். அடுத்து இரண்டாம் உலகப்போரில் வெற்றிக்கு உதவியமைக்கு நன்றிக்கடனாக இங்கிலாந்தும், அமெரிக்காவும் ஜெர்மனியிடமிருந்து கைப்பற்றிய பகுதிகளை சோவியத் ரஷ்யாவே வைத்துக்கொள்ளலாமென சம்மதிக்க பெர்லின் நகரம் பாட்டாளிகளின் அரசு என்றபெயரில் 1945ம் ஆண்டு ஜூலைமாதம் காம்ரேட்டுகள் வசமானது. கிழக்கு ஜெர்மனியில் தங்கிய சோவியத்படை உள்ளூர் காம்ரேட்டுகள் துணையுடன் நடத்திய அராஜகத்தில் பாதிக்கக்கப்பட்ட பெண்களின் எண்ணிக்கை ஒரு இலட்சத்திற்கும் மேல். அவர்களில் சம்பவத்தின்போது இறந்தவர்களின் எண்ணிக்கை மட்டுமே பத்தாயிரத்துக்குமேல். நடந்தகொடுமைகளை வெளியிற் சொல்ல அறுபது ஆண்டுகள் அவர்கள் காத்திருக்க வேண்டியிருந்தது. நாஜிகள் வீழ்ச்சிக்குப்பிறகு அதன் தலைவர்கள் விசாரணக்குட்படுத்தப்பட்டு தண்டித்தது நியாயமெனில் அதே போர்க்கால குற்றங்களுக்காக தண்டிக்கப்படவேண்டியவர்கள் மேற்கத்திய படைளிலும், சோவியத் படைகளிலும் பலர் இருந்தனர் ஆனால் அது நடக்கவில்லை. சரித்திரம் ஜெயித்தவனை நியாயவானாக ஏற்றுக்கொள்கிறது, குற்றங்களிலிருந்து தற்காலிகமாக விடுதலை அளிக்கிறது.

மார்க்ஸியத்தை ஏற்றுக்கொண்ட கிழக்கு ஐரோப்பிய நாடுகளிலேயே ஓரளவிற்கு வளத்துடன் இருப்பதாக நம்பப்பட்ட கிழக்கு பெர்லினிலிருந்து நாள் தோறும் மக்கள் வெளியேறி மேற்கு ஜெர்மனிக்குச் சென்றுக் கொண்டிருந்த நிலையில் (1948க்கும் -1961ற்குமிடையில் மேற்கு ஜெர்மனிக்குக் புலம்பெயர்ந்த கிழக்கு ஜெர்மனியர்கள் 2.7மில்லியன்பேர்கள்), கம்யூனிஸ நாடுகளில் பாலும் தேனும் பாய்ந்தோடுகிறது என்ற பிரசாரத்தைக் கேலிகூத்தாக்கியது. கூட்டம்கூட்டமாக மக்கள் வெளியேறுவதைத் தடுக்க நினைத்த கிழக்கு ஜெர்மன் அரசு சுவர் எழுப்ப தீர்மானித்தது. மேற்கத்தியர்கள் பணம்கொடுத்து கிழக்குஜெர்மனியர்களை விலைக்கு வாங்குவதாகவும், மனிதக் கடத்தலைத் தடுப்பதற்காகவே சுவர் எழுப்பப்படுவதாகவும் கிழக்கு ஜெர்மன் அரசுதரப்பில் விளக்கம் சொன்னார்கள். 165 கி.மீ நீளமும் 302 காவல் அரண்களும், குறிபார்த்து சுடுவதில் வல்ல காவலர்களும், மின்சாரம் பாய்ச்சப்பட்ட வேலியும், தானியியங்கி துப்பாக்கிப் பொறுத்தப்பட்ட காவல் தூண்களுங்கொண்ட சுவர் 1961ல் பெர்லினை இரண்டு துண்டாக்கியது. தாயின் மார்பிலிருந்து குழந்தையைப் பிடுங்கி எறிந்ததுபோல உறவுகள் பிரிக்கபட்டனர். கடுமையான காவலையும் மீறி உயிரை பணயம்வைத்து சுவரைக்

கடக்க நீர், நிலம், ஆகாயமென அத்தனை முயற்சிகளும் மேற்கொள்-
எப்பட்டன. துப்பாக்கிக்குண்டுக்குப் பலியானவர்கள் உண்டு, கைது செய்-
யப்பட்டவர்கள் உண்டு; எனினும் முயற்சி தொடர்ந்தது. அதிகாரத்-
தையும், பொய்யான பிரச்சாரங்களையும் மட்டுமே நம்பி மார்க்சியத்தை
செயல்படுத்திவந்தவர்கள் தங்கள் தோல்வியை உணர்ந்தபோது நிலைமை
கைமீறிவிட்டது. 1989ம் ஆண்டு நவம்பர் மாதம் 9ந்தேதி பெர்லின் சுவர்
இடிக்கப்பட்டது. பெர்லின் சுவரோடு ஐரோப்பியக் கண்டத்தைப் பொறுத்-
தவரை கம்யூனிசமும் இடிந்து விழுந்தது. மேற்கத்திய ஐரோப்பியநாடுக-
ளுக்கும் கிழக்கு ஐரோப்பிய நாடுகளுக்கும் இடையே அதுகாறும் நிகழ்ந்-
துவந்த நிழல் யுத்தமும் பனிப்போருங்கூட அத்துடன் முடிவுக்குவந்தன.

1989 பெர்லின் சுவர் இடிக்கபட்ட அந்த ஆண்டில்தான் தமிழ் நாட்-
டில் மதுரை மாவட்டத்தைச் சேர்ந்த உத்தபுரமென்ற கிராமத்தில் தலித்
மக்களுக்கு எதிராக சுவரொன்றை எழுப்புவதற்குக் காரணங்களைத்
தேடியிருக்கிறார்கள். தேடியவர்கள் உயர்சாதிமக்கள் என்று சொல்லிக்-
கொள்கிற வேற்று சாதியினர். பிரச்சினை ஒருபக்கம் அரசமரம், மற்-
றொருபக்கம் முத்தாலம்மன் கோவில். முத்தாலம்மன் பக்தர்களான சாதி-
யினருக்கு அரசமரம் சுற்றும் சாதியினர் அருகில் வரக்கூடாதாம்.
அரசமரத்துக்கும் முத்தாலம்மனக்கும் இடையே பத்தடிதூர இடைவெ-
ளியை அவர்கள் இரு சாதிகளுக்கான இடைவெளியாகக் கணக்கிட்-
டுவிட்டார்கள் போலிருக்கிறது. சாதிச்சண்டைவளர்ந்து, அரசாங்கத்தின்
ஆதரவு எப்போதும் பலம் வாய்ந்தவன்பக்கம் என்ற நீதிப்படி உருவான
ஒப்பந்தத்தை ஏற்கும்படி தலித்மக்கள் வற்புறுத்தப்பட்டார்கள். 1989ம்
ஆண்டு ஆகஸ்டுமாதம் இரு சாதியினருக்குமிடையில் நடந்த மோதலில்
சாதிக்கு இரண்டென உயிர்ப்பலிகளை முத்தாலம்மனுக்கும் அரசமரத்-
திற்கும் கொடுத்திருக்கிறார்கள். பிரச்சினைக்குத் தீர்வாக 300 மீட்டருக்-
குத் தடுப்புச் சுவர். தண்ணீர்த் தொட்டி, ரேஷன்கடை, பள்ளிக்கூடம்
தலித்துக்கென்று தனியே ஒதுக்கி தமது உயர்சாதியினர்(?) குணத்தைக்
காட்டிக்கொண்டிருக்கிறார்கள். 2008ம் ஆண்டு கள ஆய்வில் இறங்-
கிய மதுரை மாவட்ட தீண்டாமை ஒழிப்பு முன்னணியின் தலையீட்-
டால் உண்மை வெளியுலகிற்கு தெரிய வந்திருக்கிறது. கிழக்கு ஜெர்மனி-
யில் சுவரை எழுப்பிய பொதுவுடமைத் தோழர்கள் உத்தபுர தீண்டாமைச்
சுவரை இடித்தாகவேண்டுமென்று புறப்பட்டது காலத்தின் கட்டளை. 61ல்
எழுப்பட்ட பெர்லின் சுவரை இடிக்க 1989 வரை ஜெர்மன் மக்கள் காத்-

திருக்கவேண்டியிருந்தது 1989ல் காந்தி தேசத்தில், பெரியாரை போற்-றும் மாநிலத்தில் தலித் மக்களுக்கெதிரான உத்தபுர சுவரை முழுவ-தும் இடிக்க எத்தனை ஆண்டுகள் காத்திருக்கவேண்டுமோ? பாலஸ்தீன மக்களைத் தடுத்து அவர்கள் நிலப்பரப்பை கையகப்படுத்தி 2005 ஆண்டில் உலநாடுகளின் எதிர்ப்பை துவம்சம் செய்து இஸ்ரேலியர்கள் கட்டிக்கொண்டிருக்கிற சுவரையும் இங்கே அவசியம் நினைவு கூர்தல்-வேண்டும்.

லூயி தெ பெர்னியே என்ற எழுத்தாளர் தமது நாவலொன்றில் 'சரித்-திரத்திற்கு ஆரம்பமென்று ஒன்றில்லை என்பார். அவரைப் பொறுத்த-வரை இன்றைய நிகழ்வு நேற்றைய சம்பவத்தின் விளைவாக இருக்க-லாம் அல்லது நாளைக்கு நடக்கவிருப்பதின் காரணியாக இருக்கலாம். வரலாறு வெற்றிபெற்றவர்களால் மட்டும் எழுதப்படுவதல்ல, ஒடுக்கப்பட்-டவர்களாலும் எழுதப்படுவது, என்ற நம்பிக்கை எனக்குமுண்டு. அவ்-வப்போது எழும் முனகலுங்கூட உரத்து ஒரு நாள் ஒலிக்குமென நம்பு-கிறவன். உலகமே எனதுகையிலென்று கொக்கரித்த பலரும் கேட்பாரற்று செத்து மடிந்திருக்கிறார்கள். இலங்கைத் தமிழனமோ, பாலஸ்தீனமோ, உத்தபுரமோ ஒடுங்கிவிடாது. அவர்களுக்கான காலம் வரும் வேலியோ, சுவரோ எடுபடும், இடிபடும். சரித்திரம் அவர்களது வெற்றிக்கெனவும் சில பக்கங்களை ஒதுக்கியிருக்கிறது.

3

நாமார்க்கும் குடியல்லோம்

———— ✑ ————

"காலையில் எழும்ப வேண்டியது
ஒரு கோணியோடு
ஒரு தெருவு நடந்தால் போதும்
கோணி நிறைந்துவிடும்
காகிதங்கள் ஏராளம் செலவாகின்றன
தலை நிமிர்ந்து வாழலாம்"

என்கிற வரிகளும், "ஐம்பது பைசாவிற்கு கால் மடக்கி கையேந்து-
கிறது எங்கள் ஊர் யானை" என்ற வரியும் தமிழர்களைப் பற்றிய சித்-
திரமாக கவிஞர் மு. சுயம்புலிங்கத்தினால் சுட்டப்படுகிறது. அவரவர்க்கு
ஒரு கோணி கைவசம் இருக்கிறது, நிரம்புகிறது. தலை நிமிர்ந்து வாழ்-
கிறோம். சுதந்திரமென்றும் சொல்லிக்கொள்கிறோம். கோணி மனிதர்க-
ளுக்கு மாத்திரமல்ல தன்மானமிக்க ஆனைகளுங்கூட மேடை தானமா-
க் கிடைத்தால் கால் மடக்கி, பணிவு காட்டும் சுதந்திரம். தார்மீகச்
சுந்திரமா? சட்டம் தரும் சுதந்திரமா என்ற கேள்விகளுக்கு அவசிய-
மில்லை. நாம் பிழைக்கிறோம் என்பது முக்கியம். மன்னவனும் நீயோ
வளநாடும் உன்னதோ, எனக்கேட்கும் துணிச்சல்மிக்க எழுத்தாளர்கள்
தமிழுக்குச் சாத்தியமா? என்ற கேள்வி கவிஞர் சுயம்புலிங்கத்தின் கவி-
தைகளை வாசித்த பிறகு எழுகிறது.

மரிதியய் கம்பனுக்கு வேண்டியவர்(இரண்டு வாரங்களுக்கு முன்பு அவரைக் குறித்து எழுதியிருந்தேன், இக்கட்டுரையை அதன் தொடர்ச்சி எனலாம்). பிரெஞ்சில் இன்றைய தேதியில் முக்கியமான எழுத்தாளர்களில் ஒருவர்: கறுப்பரினம், பெண்மணி என்பது இலக்கியத்திலும் கோட்டாவை வற்புறுத்தி அடையாளம் பெற நினைப்பவர்களுக்கு உதவக்கூடிய தகவல். 2009ம் ஆண்டுக்கான கொன்க்கூர் இலக்கிய பரிசினை, நியாயமானத் தேர்வில் வென்றவர். ஆனாலும் அப்பெண்மணி பரிசுக்குரியவரல்ல என்ற விமர்சனம் வந்தது. விமர்சித்தவர்கள் அப்பெண்மணியின் எழுத்தாளுமையையோ, பரிசுக்குரியதாகத் தேர்வு செய்த அவரது நூலையோ கேள்விக்குட்படுத்தவில்லை, அவரது பிரெஞ்சு அடையாளத்தைக் கேள்விக்கு உட்படுத்தினார்கள். தற்போது பிரெஞ்சு அதிபராக உள்ள நிக்கோலாஸ் சர்க்கோசியினுடைய கடந்த கால செயல்பாடு பிரான்சு நாட்டிலுள்ள சிறுபான்மை மக்களுக்கு எதிரானதாக இருந்ததென்ற குற்றசாட்டு உண்டு. நகரின் பின் தங்கிய பகுதிகளில் வாழ்ந்த கறுப்பரின மக்களும், அரபு மக்களும் குறிப்பாக இளைஞர்கள் அவரை இனவெறியாளரென்றே சித்தரித்திருந்தார்கள். அவர் உள்துறை அமைச்சராக இருந்த நேரத்தில் புலம்பெயர்ந்த மக்களுக்கு எதிராக எடுத்த நடவடிக்கைகள் அறிவு ஜீவிகளை முகஞ்சுளிக்க வைத்தன. சர்க்கோசி 2007ம் ஆண்டு அதிபர் தேர்தலில் போட்டியிட்டபொழுது கறுப்பரினத்தை சேர்ந்த அறிவுஜீவிகள், கலையுலக பெருமக்கள், பாடகர்கள் எனப் பலர் அவருக்கு எதிராக பிரசாரத்தில் ஈடுபட்டனர். அப்படி சர்க்கோசியின் எதிரணியிலே இடம்பெற்றவர்களுள் மரி தியய்யும் ஒருவர். அதிபர் தேர்தல் முடிவு சர்க்கோசிக்கு ஆதரவாக இருந்தது. வெற்றிபெற்றதாக அறிவிக்கபட்டார். நிக்கோலாஸ் சர்க்கோசி ஒரு மிருகம், அத்தகைய மனிதரின் கீழ்வந்த பிரான்சும் எனது நம்பிக்கையை இழந்துவிட்டது, இங்கிருந்து வெளியேற விரும்புகிறேன், என்ற கூறி பிரான்சு நாட்டைவிட்டு வெளியேறியவர் கடந்த மூன்று ஆண்டுகளாக ஜெர்மன் நாட்டில் பெர்லின் நகரில் தமது கணவருடன் வசித்து வருகிறார்.

மரி தியய்க்கு பரிசளித்திருக்கக்கூடாதென்று சொல்ல நினைத்த எரிக் ராவுல் என்ற ஆளும் கட்சி உறுப்பினர்: "2009ம் ஆண்டிற்கான கொன்க்கூர் இலக்கிய பரிசுக்கென அறிவிக்கபட்ட முடிவு தவறானது. தேர்வுக்குழுவினர் சரியான நபரை தேர்வு செய்ய தவறிவிட்டனர். பரிசுக்குரியவர் பிரான்சு தேசத்தின் அடையாளம் கொண்டவராகவும் அதன்

பெருமைகளை போற்றுகிறவராக இருக்க வேண்டும். அதற்கு மாறாக இப்பெண்மணி (மரி தியெய்) நமது (பிரான்சு) நாட்டையும் நமது அதி-பரையும் சிறுமைபடுத்தி பேசியிருக்கிறார். விமர்சித்து இருக்கிறார். இவ்-விடயத்தில் நமது கலை, பண்பாட்டுத் துறை அமைச்சர் தலையிட்டு ஆவன செய்யவேண்டும்" என்றார். அவருக்கு ஆதரவாக குரல்கொ-டுக்க அதிபரின் துதிபாடிகளும் முன் வந்தனர். ஆனாலும் இப்பிரச்சி-னையில் கலை பாண்பாட்டுதுறை அமைச்சரும், பரிசு அளித்த கொன்க்-கூர் அமைப்பும், தேர்வுக்குழுவில் அங்கம் வகித்த எழுத்தாளர்களும், பரிசுபெற்ற எழுத்தாளர் பெண்மணியும் என்ன சொல்லப்போகிறார்கள் என்பதைத் தெரிந்துகொள்வதில் பிரெஞ்சு மக்கள் ஆர்வத்துடன் காத்தி-ருந்தனர்.

மரிதியய் பெண்மணியை பரிசுக்குரியவராகத் தேர்வுசெய்த படைப்-பாளிகள் ஆளுங்கட்சி உறுப்பினர்களின் கூச்சலை வன்மையான கண்-டித்தனர். "அரசியல் வாதிகள் ஓய்ந்த நேரங்களில் இலக்கியமென்றால் என்னவென்று தெரிந்துகொள்ள முயற்சிக்கவேண்டும். இலக்கிய பரி-சினை 'மிஸ் பிரான்சு' தேர்வு என நினைத்துக்கொண்டிருக்கிறார்கள். மரிதியய் என்ன எழுதியிருக்கிறார் எனப்பார்த்து பரிசினை அளிக்கி-றோமே தவிர என்ன பேசினார் எனப்பார்த்து பரிசுவழங்குவதில்லை. தவிர சுதந்திரம் சுதந்திரமென்று வாய்கிழிய பேசுகிறோம், ஓர் எழுத்தா-ளரை இப்படி பேசக்கூடாது அப்படி பேசக்கூடாது என்று தெரிவிப்பதன்-மூலம் இவர்கள் என்ன சொல்லவருகிறார்கள். சுதந்திரமான நாட்டில்-தானே இருக்கிறோம்? என்ற கேள்வியையும் அரசாங்கத்தைப் பார்த்து கேட்டிருக்கிறார்கள். இவர்களுக்கு ஆதரவாக எழுத்தாளர்களும் களத்-தில் குதித்தனர்.

கலைப் பண்பாட்டுத் துறை அமைச்சருக்கு வருவோம். இவர் பெயர் பிரெடெரிக் மித்தரான் முன்னாள் அதிபர் பிரான்சுவா மித்தரானின் சகோதரர் மகன். இடது சாரி சிந்தனையாளர், எழுத்தாளர், கலை விமர்சகர். தீவிர வலதுசாரி சிந்தனைகொண்ட சர்க்கோசி ஆட்சிக்கு வந்தவுடன், எதார்த்தவாதியானார். உலக அரசியலில் இனி தீவிர வலதுசாரிகளுக்கோ அல்லது தீவிர இடது சாரிகளுக்கோ இடமில்லை என்ற உண்மையை சர்க்கோசியும் அறிந்திருந்த காரணத்தால், தமது கட்சி அமைச்சரவையில் இடதுசாரி சிந்தனைவாதிகள் பலரை சேர்த்துக்-கொண்டார். அவர்களுள் பிரெடெரிக் மித்தரானும் ஒருவர். கலை மற்றும்

பண்பாட்டுத் துறை அமைச்சர் பதவி அவருக்குக் கிடைத்தது. வலது சாரி அமைச்சரவையில் இடம் பெற்றிருந்தபோதும் அவரது இடதுசாரி சிந்தனையை எவரும் சந்தேகித்ததில்லை.

போலந்தில் பிறந்தவரும், தற்போது பிரான்சில் வசிப்பவருமான பிரபல திரைப்பட இயக்குனரான ரோமன் போலஸ்கியை (Rosemary's Baby, Chinatown) சமீபத்தில் ஸ்விஸ் காவல்துறை கைது செய்தது. அவர் கைது செய்யப்பட காரணம் 1977ம் ஆண்டு திரைப்படமொன்றை இயக்குவதற்காக அமெரிக்காவில் தங்கி இருந்தபொழுது இளம்வயது பெண்ணிடம் தகாத முறையில் நடந்துகொண்டதாகக் பாலியியல்குற்றச்-சாட்டு. இப்பிரச்சினையில், ரோமன் போலஸ்கி ஒரு பிரெஞ்சு குடிம-கனாகவும் இருந்ததால் அமெரிக்காவைக் கண்டித்து பிரடெரிக் மித்தரான் அறிக்கை வெளியிட்டார். முப்பது ஆண்டுகளைக் கடந்த ஒரு வழக்-கில் வெறும் குற்றசாட்டுகளின் அடிப்படையில் ஒரு சாதாரண மனித-ரைபோல ரோமன் போலஸ்கிபோன்ற கலைவிற்பனரை கைது செய்ய-வேண்டும், விசாரணைக்குட்படுத்தவேண்டுமென அமெரிக்கா எதிர்பார்ப்-பது நியாயமல்ல என்றார். இவரது அறிக்கையை பலரும் கண்டித்-தார்கள். போலன்ஸ்கியின் தவறை நியாயப் படுத்துகிறார் என்றார்கள். எனினும் அமைச்சர் ரோமன் போலஸ்கியை உணர்வு பூர்வமாக ஆதரித்-ததைப் பலரும் சிலாகித்தார்கள். எனவே அமைச்சரின் கருத்து எழுத்-தாளர் மரிதியய்க்கு ஆதரவாக இருக்குமென்று நம்பினார்கள். ஆனால் நடந்தது வேறு. ஓடோடிச்சென்று ரோமன் போலஸ்கியை ஆதரித்தவர், எழுத்தாளருக்கு ஆதரவாக ஒரே ஒரு வார்த்தை..ம் இல்லை. எழுத்-தாளருக்கு உண்டான பேச்சு சுதந்திரம் எழுத்தாளரை விமர்சிக்கிறவர்-களுக்கும் உண்டு எனக்கூறி தமக்கு அமைச்சர் பதவி அளித்த சர்க்-கோசிக்கு விசுவாசமாக நடந்துகொண்டார். "ஐம்பது பைசாவிற்கு கால் மடக்கி கையேந்துகிறது எங்கள் ஊர் யானை" என்ற கவிஞர் சுயம்பு-லிங்கத்தின் வரிக்கொப்ப.

பிரான்சு நாட்டையும், அதிபரையும் விமர்சனம் செய்துவிட்டு, பிரெஞ்சு இலக்கிய பரிசினை வாங்குவது தவறு என்ற ஆளும் கட்சியின் விமர்சனத்தை பரிசுபெற்ற பெண்மணி மரி தியய் எப்படி எடுத்துக்கொண்-டார். "இங்கே பாருங்கள் எனக்குப் பரிசினைக்காட்டிலும் பேச்சு சுதந்-திரம் முக்கியம், அதிபர் சர்க்கோசி குறித்தும், அவர் நிர்வாகத்தின் கீழுள்ள பிரான்சு குறித்தும் எனக்கு இப்போதும் ஒரே அபிப்ராயந்தான்.

பரிசுக்காக அதிபரிடமோ, பிறருடனோ சமரசம் செய்துகொள்ள நான் தயாரில்லை", எனக் கறாராகச்சொல்லிவிட்டார்.

"தனது எண்ணத்தையும் கருத்தையும் சுதந்திரமாகத் தெரிவிப்பதே மனித உரிமைகளுள் மிகவும் உன்னதமானது" என 1789ம் ஆண்டு ஆகஸ்டுமாதம் 26ந்தேதி மனித உரிமை பிரகடனத்தின் பிரிவுக்கூறு எண் 11 தெரிவிக்கிறது. அதன்படி ஒரு குடிமகன் சுதந்திரமாக பேசவும், எழுதவும், எழுதியதைப் பிரசுரிக்கவும் அது வழிவகுக்கிறது. 'நான் சிந்-திக்கிறேன் எனவே வாழ்கிறேன்' - 'Je Pense donc je suis' என்பார் ரெனே தெக்கார்த். 'எழுதுகிறேன் எனவே சுதந்திரமாக இருக்கிறேன்', என்பது எனது சொந்தப் புரிதல். எழுத்து வெளியையைப்போல ஒரு சுதந்-திர உலகம் இருக்க முடியாது. எழுத்து என்னை வசீகரித்ததற்கும் பிர-தான காரணம் இதுவே. சுதந்திரம் என்ற சொல் தனி மனிதன், சமூகம் என்ற இரு முனைகளுக்கும் கயிற்றில் நடக்க முயல்கிற கழைக்கூத்தா-டியொருவனின் கவனத்தைப் பெற்றது. இரு முனைகளும் ஒத்துழைக்க-வேண்டும். சில சில்லறைவிதிகளென்ற கம்பைக் கையிலேந்தியபடி பிச-காமல் அடியெடுத்து வைக்கும் வித்தை. சுதந்திரத்தினை இருவகையில் தனிமனிதன் பிரகடனபடுத்தமுடியும்: எதிர் தரப்பு அதிகாரத்திற்கு அடி-பணிவதில்லை, கட்டளைக்குக் கீழ்ப்படிவதில்லை, இச்சைக்கு இணங்கு-வதில்லையென எதிர்வினைகளூடாக தன்னுடைய சுதந்திரத்தைக் காப்-பதென்பது ஒரு வகை. எனது எண்ணம், எனது சிந்தனைகள், எனது முடிவுகளென சொந்த விருப்பத்தை பூர்த்திசெய்வதன் ஊடாக சுதந்திரத்-தைப் போற்றுவதென்பது இன்னொருவகை. இரண்டிற்கும் நோக்கமொன்-றுதான்: நாமார்க்கும் குடியல்லோம்.

4

அடித்து வளர்க்கிற பிள்ளைகள்

சராசரி தமிழனுக்கு சூடுபிடிக்கும் தேர்தல் முக்கியம்.. புவி வெப்பமாதல் குறித்து ஒரு மாநாடு கோபன்ஹேகனின் கூட்டப்படுகிறது. அதுபற்றிய செய்திக்குறிப்பு எதையும் தமிழ் தினசரிகளில் பார்க்க நேர்ந்ததில்லை. இயற்கைக்கு எதிராக நிகழும் இப்பயங்கரவாதம் குறித்து தமிழ் தினசரி- கள் கவலைகொள்ள எதுவுமில்லை. கடந்த ஆண்டு மும்பை தாஜ் ஓட்- டலில் பலியாவனர்களின் நினைவுதினம் அனுசரிக்கப்பட்ட செய்தியைத் தமிழ் தினசரிகளில் பார்க்க முடிந்தது. நாடுமுழுவதும் கண்ணீர் அஞ்- சலி. கூட்டுபிரார்த்தனை. பலியானவர்கள் தாஜ் ஓட்டல் வாடிக்கையா- ளர்கள் என்பது காரணமாக இருக்கலாம். வி.ஐ.பி. உயிர்கள். தெருவோ- ரம், புகைவண்டி இரயிலில், கடைவீதிகளில் பயங்கரவாதத்தால் பலியான உயிர்களுக்கு இத்தனை மரியாதையை எதிர்பார்க்க முடியாது.

குழந்தைகளைக் கொஞ்சி, திரைப்படம் பார்த்து, தினசரியில் மூழ்கி, கோபம் வருகிறபோது காரணகாரியமின்றி சண்டையிட்டு, கோவி- லைப் பார்த்த நேரங்களில் கையெடுத்துக் கும்பிட்டு வாழப்பழகிய சராசரி உயிரின் அன்றாட வாழ்க்கை சட்டென ஒரு நாள் இதுபோன்ற சம்ப- வங்களால் பிறழ்கிறது, தடம் புரண்டுபோகிறது. எங்கே யாரிடமும் அழ முடியும்? இவர்களில் எத்தனைபேருக்கு சம்பவத்திற்குப் பிறகு வாய்க்கிற வாழ்க்கையை எதிர்கொள்ளும் திறனுண்டு? உயிரிழந்தவர்கள், காயமுற்- றவர்கள், கால்கை இழந்தவர்களென்று பாதிக்கப்பட்டவர்கள் இருக்கி-

றார்கள். சம்பவத்தின்போது பத்திரிகைகாரர்களுக்காக அரசாங்க எந்தி-ரங்கள் ஓடோடிவந்திருக்கும், பொலபொலவென்று கண்ணீரைச் சிந்தி-யிருக்கும், ஆறுதல் சொற்களுக்கும் பஞ்சமிருந்ததில்லை. இன்றைக்கு அந்த அப்பாவிகளின் கதியென்ன? பயங்கரவாதத்திற்கும் சரி, அதனை அடக்க நடவடிக்கைகள் எடுக்கிறேன் என்று சொல்லும் அரசாங்க வாய்ச்சவடால் முயற்சிகளுக்கும் பலியாவதென்னவோ அப்பாவி உயிர்-களே. தலிபான்களைக் காட்டிலும், அமெரிக்க மற்றும் மேற்கத்திய படைகளின் தாக்குதலுக்குப் பலியாகும் ஆப்கானியர்கள் எத்தனைபேர். பயங்கரவாதமும் தங்கள் இருப்பை உணர்த்த ஆடுகளைத்தான் தேடி அலைகின்றன. இருதரப்பினருமே எதிரிகளோடு நேரடியாக மோத வக்-கற்றவர்கள், தங்கள் பலத்திற்கு நோஞ்சான்களை பலிகொடுப்பது இரு-வருக்கும் ஒருவகையில் சௌகரியமாக இருக்கிறது. இரக்கமற்று மெலிந்-தவர்களை பலிகொடுத்துவிட்டு சந்தர்ப்பம் வாய்க்கிறபோது இரத்தத்தில் தோய்ந்த நாக்கும் பல்லிடுக்கில் சதை துணுக்குமாக சமாதானம் பேச அமர்வார்கள்.

''வெடிபட்டு சாகாமல்

வெகுளியாய்

விஷக்காற்றைக் குடித்துப் பின்

நலிவுற்று முடமாய் துடிக்காமல்

முழு உடம்பாய்

இயற்கையாய் சாவது

அரிது, அரிது இன்று மிக அரிது!'

கவிஞர் வைதீஸ்வரனின் 'மைலாய்' வீதி நினைவுக்கு வருகிறது.

எதிரெதிராக மோதிக்கொள்கிறபோது புலிகளை வென்ற சிங்கங்கள், உண்ட மயக்கத்தில் நித்திரைகொள்கிற நேரத்தில் வாலைக் கடிக்கிற எலிகளைத் துரத்த வகையறியாது விழிக்கின்றன. கடிபடுவது வால் என்-பதால் அவ்வபோது உறக்கம் கலைந்து தலையை உயர்த்தி கர்ஜிப்பதோடு சரி, கழுத்தினை எலிகள் நெருங்காதென்கிற நம்பிக்கை சிங்கங்களுக்கு நிறையவே உண்டு. வால் அப்பாவி உயிர்கள், எலிகள் தீவிரவாதி-கள். பயங்கரவாதம் தீர்வுகாணமுடியாத, குணமாவதற்கு வாய்ப்பற்ற மற்-றொரு பறவைக் காய்ச்சல் அல்லது பன்றிக்காய்ச்சல். காரணமில்லாத பகை ஏது. பின் நவீனத்துவவாதிகள் சொல்வதுபோல பகை-நட்பினை, கோபம்- அன்பினை விளிம்பு நிலைக்குத் தள்ளியிருக்கிறது. ஆண்

பெண், பணக்காரன் ஏழை, பகல் இரவு, மகிழ்ச்சி துக்கம், வெற்றி தோல்வியென நீங்கள் சோர்வுறும்வரை இருமைப் பண்புகளால் ஆன இவ்வுலகை கட்டுடைத்துக்கொண்டுபோகலாம். பின் நவீனத்துவாதிகள் இவை அனைத்தையும் மையம் விளிம்பு என்று இரு பெரும் பிரிவுக்குள் அடக்கினர். இருப்புகளில் ஒன்று மற்றமையை மறுக்கிறது, மற்றொன்-றின் இருப்பினை ஏற்க அதற்குச் சம்மதமில்லை. ஆக யுத்தம், மோதல், போட்டி ஆகியன பிறமைகளை விளிப்புநிலைக்குத் தள்ளும் முயற்சி. டோம் ஜெரி விளையாட்டு. உண்மையில் யுத்தமோ மோதலோ சமப-லம்கொண்டவர்களிடம் ஏற்படுவதில்லை. பிற உயிர்கள் மீது நிகழ்த்தும் அநேக தாக்குதல்களுக்கு ஏற்ற தாழ்வுகள் காரணமாக இருக்கின்றன. ஈராக் மீது யுத்தம் செய்ய தாயாராக இருக்கும் மேற்கத்திய நாடுகள் சீனா, வடகொரியா என்றால் பேச்சுவார்த்தைக்கு அழைக்கின்றன. சீனா-வுக்கு திபெத்தை விழுங்குவது சுலபம். ஓரளவு ஆயுதபலங்கொண்ட தைவான் நாட்டினை சொந்தமாக்கிக்கொள்வதில் அத்தனை அவசரம் காட்டுவதில்லை.

இந்த மனம் எங்கிருந்துவந்தது? இதற்கான ஆரம்பம் எங்கே? அலு-வலகத்தில் ஒரு மேலதிகாரி அவனுக்குள்ள பதவி பலத்தில் கீழீருக்-கும் ஊழியனைத் திட்டுகிறான். மாலையில் வீடு திரும்பிய ஊழி-யனுக்கு, கணவன் என்ற தகுதி தரும் பலத்தைப் பிரயோகிக்க தம்மினும் பார்க்க எளியதொரு உயிர் தேவை, மனைவி கிடைக்கிறாள், அவள் தம் பங்கிற்கு கோபத்தைக் குழந்தைமீது செலுத்துகிறாள் ஆக எதிர்ப்ப-வன் ஏழை என்றால் கோபம் சண்டாளம். கோபத்திற்கென தனி உயி-ரணு இருக்கிறதா, அதை பிரித்தெடுத்து சிகிச்சை அளிக்கும் பட்சத்தில் அத்தனைபேரும் சாந்த சொருபீகளாக மாறிவிடமுடியுமா? எப்போதோ ஒரு முறை படித்த நூலில் வன்முறைக்கு உணவும் காரணமென்று படித்-திருக்கிறேன். அசைவ உணவுகாரர்கள் கோபக்காரர்களென்றும், சைவ உணவு பிரியர்கள் அமைதியானவர்களென்றும் படித்த நினைவு.விலங்கு-களிடத்தில்கூட இப்பேதங்களைப் பார்க்கத்தான் செய்கிறோம்.

மருத்துவர் எட்விஜ் ஆந்த்தியெ இங்கே (பிரான்சு நாட்டில்) ஆளுங்கட்சியை சேர்ந்த ஒரு பெண்மணி. இவரொருபுகழ்பெற்ற குழந்-தைகள் நல மருத்துவருங்கூட. உலகில் வன்முறையைக் குறைக்கவேண்-டுமெனில், பெற்றோர்கள் பிள்ளைகளைத் தண்டிப்பதை தடைசெய்ய-வேண்டும் என்கிறார். சிறுவயதில் அடித்து வளர்க்கப்படுகிற பிள்ளைகள்

அனைவருமே பின் நாட்களில் வன்முறையைத் தேடுபவர்களாக இருப்-பார்கள் என்பது இவரது கருத்து. இதற்காக பிரான்சு நாட்டின் சிவில் சட்டத்தில் போதிய திருத்தம் செய்வதற்கான யோசனையை அரசுக்குக் வழங்கியிருக்கிறார். அடித்து வளர்க்காத பிள்ளைகள் உருப்படமாட்டார்-களென இந்தியர்களில் பெரும்பாலோனோர் நம்புவதுபோல ஐரோப்பியர்-களும் தமது பிள்ளைகள் உருப்படவேண்டுமெனில் தண்டிக்கப்படவேண்-டுமென நினைப்பவர்கள். பிரெஞ்சு மக்களில் 87 விழுக்காடு மக்கள் இன்றைக்கும் தம்பிள்ளைகளைத் தண்டிப்பற்கு உகந்த இடம், அவர்க-ளின் பின்புறமென நம்புகிறார்கள். கடந்த ஆண்டு ஐரோப்பிய ஒன்றியம், குழந்தைகளின் பின்புறத்தில் அடிக்கின்ற பழக்கத்தைப் பெற்றோர்கள் கைவிடுவதற்கு ஆவன செய்யவேண்டுமென தமது உறுப்பு நாடுகளைக் கேட்டுக்கொண்டது. அதனை ஏற்று இத்தாலி, ஸ்பெயின், சைப்ரஸ் சட்-டங்கள் இயற்றின. பிரான்சும் ஐரோப்பிய ஒன்றியத்தின் வேண்டுதலைப் பூர்த்திசெய்யவேண்டிய நிர்ப்பந்தம். எட்விஜை இது பற்றி ஆய்ந்து ஓர் அறிக்கையை சமர்ப்பிக்கப் பிரெஞ்சு அரசாங்கம் கேட்டுக்கொண்டது. அவ்வறிக்கையில் சொல்லப்பட்டதுதான் மேலே நீங்கள் படித்தது. தமது 30 ஆண்டுகள் மருத்துவ அனுபவத்தில் மழலையர் பள்ளிகளில் பிள்-ளைகள் கடித்துக்கொள்வதற்கும் தொடக்கப்பள்ளிகளில் கட்டிப்புரண்டு சண்டையிடுவதற்கும், நடுநிலை பள்ளிகளில் பேட்டை ரவுடிகள்போல நடந்துகொள்வதற்கும், பருவ வயதில் பெண்களைச் சீண்டி, அவர்களை வன்புணர்ச்சிக்கு உட்படுத்துவதற்கும் ஒரே காரணந்தான், சின்ன வயதில் அவர்கள் பெற்ற தண்டனைகளுக்கு பழிதீர்த்துக்கொள்கிறார்கள் அதா-வது எட்விஜ் ஆந்த்தியே கூற்றுப்படி.

5

ஹைத்தி சொல்லும் உண்மை

இரவுகள் நிலையானதல்ல விடியத்தான் வேண்டும். ஆக்கல், காத்தல், அழித்தலெனும் ஈஸ்வர நெறிகளுக்குள் உலக இயக்கம் வழிநடத்-தப்படுகிறது. நம்புவோர்க்கு கடவுள், நம்பாதவர்க்கு இயற்கை. எப்படி அழைத்தாலென்ன, இயற்கை அல்லது கடவுள் துணையின்றி எம்மால் தனித்து சாதிக்கக் கூடியதென்று ஒன்றில்லை. பேரெடுகளில் எழுதப்பட்ட வரவும் செலவும் நேரற்றதென்கிறபோது, புண்ணியத்திற்குப் பலனுண்டா-வென தெரியவில்லை. பாவத்திற்குச் சம்பளமுண்டு, அதாவது நமக்கு மன்னிப்பில்லையென்பதுதான் பேரழிவுகள் மனித இனத்திற்குச் சொல்-லும் நீதி.

மருத்துவமனைகளில் உயிருக்குப் போராடிக்கொண்டு, எந்நேரத்திலும் மரணம் சம்பவிக்கலாம் என்ற நிலையிலுள்ள உறவுகளையோ நண்பர்-களையோ பார்க்கச்சென்றால் அப் பார்வைகளை தவிர்த்திருக்கிறேன். இழவுக்குக்காக செல்கிறபோதுகூட உயிரற்ற உடல்களின் மௌனத்தினை சகித்துக்கொள்ள எனக்குப் போதாது. முடிவின்றி அவை நிகழ்த்தும் கதையாடல்கள் என்னை அச்சுறுத்துவன. மௌனத்திற்குப் பெரும்பாலும் வெல்லும் திறனுண்டென்ற வாழ்க்கை அனுபவமும் அவற்றிடமிருந்து என்னைப் பிரிக்கிறது. உயிரற்ற உடல்களென்றால் எனக்குள் நேரும் சங்கடங்களை விவரிக்கப்போதாது. சிறுவனாக இருந்தபோது நடந்தது. இரவு பிரியாமலிருந்த நேரம், காலைக்கடனுக்கென்று ஒதுங்கியிருந்தேன்.

புளியமரத்தின் கிளையொன்றில் விறைத்துக்கொண்டு தொங்கும் உடலைப் பார்க்கிறேன். எனது வாழ்நாளில் அதற்கு முன்பும் பின்பும் அப்படி ஓடியதில்லை. ஆனால் இப்போதெல்லாம் ஊடகங்கள் உயிரற்ற உடல்களை வீட்டு வாசற்படிகளில் மலைபோல குவித்துவைக்க சகித்துக்-கொள்ள பழகிக்கொண்டிருக்கிறோம்.

கடந்த வாரம் (ஜனவரி மாதம் 12ந்தேதி) உள்ளூர் நேரம் மாலை ஐந்துமணி அளவில் ஏற்பட்ட நில நடுக்கம் ஹைத்தி நாட்டின் தலைநக-ரையும் அதன் சுற்றுப்புறங்களையும் தரை மட்டமாக்கியிருந்தது. மக்கள் மாத்திரமல்ல, அரசாங்கமும் உறைந்து போயிருக்கிறது. அரசு எந்திரங்-கள் செய்வதறியாது கலங்கி நிற்கின்றன. வாய்ப்புள்ளவர்கள் நாட்டை-விட்டு வெளியேறிக்கொண்டிருக்கிறார்கள். பதினைந்து இலட்சம் மக்கள் அநாதைகளாக்கபட்டுள்ளனர். ஒன்றிரண்டல்ல 70000 உயிர்களுக்கு இறந்த தேதியில் ஒற்றுமையென்பது கொடுமை. மரணங்கூட தனிமையை விரும்பாது போலிருக்கிறது. குவியல் குவியலாக உடல்கள். மருத்து-வமனைகளிலும், பொதுவிடங்களிலும் செத்தப்பின்னரும் உறவுகளையும் சுற்றத்தையும் எதிர்பார்த்துக் காத்திருக்கும் கொடூரம். அழிவுச் சரித்தி-ரங்களை வாசித்த நமக்கு ஹைத்தியில் நடந்திருப்பது அதிசய நிகழ்-வல்ல. உலகவரலாறு பல பேரழிவுகளைக் கண்டிருக்கிறது. சுணாமியும் பூகம்பமும் இணைந்து உலகில் பல பிரதேசங்களை சுவடின்றி புதைத்-திருக்கின்றன. வரலாறு பேரழிவுகளாலும் தீர்மானிக்கபடுகின்றன. வல்-லான் வகுத்ததே வாய்க்கால் என்பது மனித தர்மாக இருக்கிறபோது இயற்கைக்குள்ள இதுபோன்ற கோபதாபங்களை புரிந்துகொள்ள முடிகி-றது. இடிபாடுகளில் ஒன்றாக ஹைத்தி அதிபரின் மாளிகையைக் காட்-டியபொழுது இயற்கை சார்பற்று காரியம் ஆற்றியிருக்கிறதென்ற அருவ-ருப்பான திருப்தி எனக்குள் உண்டாயிற்று. குடிசைவாசிகளைக்காட்டிலும் மாளிகைவாசிகள் இவ்விஷயத்தில் அதிகப் பாதுகாப்பின்றி இருப்பதில் எனக்கு வக்கிரம் கலந்த சந்தோஷம்.

ஹைத்திமக்கள் ஒரு சபிக்கப்பட்ட இனம். இலங்கைத் தமிழர்களைப்-போல. தனிமனிதனோ, இனமோ திக்கற்றமக்கள் அனைவருமே சபிக்-கப்பட்டவர்கள். நில நடுக்கத்திற்குப் பிறகு ஹைத்திக்கு உதவிக்கரம் நீட்-டியவர்களில் அமெரிக்காவும் பிரான்சும் முன்னால் நிற்கிறார்கள். இரு-வருக்கும் வரலாற்று அடிப்படையில் தீர்க்கவேண்டிய கடன்கள் இருக்-கின்றன. காலனிய எஜமானர்களுக்கெதிராக அடிமைகள் கிளர்ந்தெழுந்து

விடுதலைவாங்கித்தந்த முதல் கறுப்பரின தேசமான ஹைத்திக்கு, கறுப்-பரினத்திலிருந்து வந்த முதலாவது அமெரிக்க அதிபர் என்ற வகையில் ஒபாமா உதவுவது வரலாற்றை மீள் பதிவு செய்வதாகும். விடுதலைக்கு முன்பாக ஹைத்தி இரண்டு நூற்றாண்டுகள் பிரெஞ்சு ஏகாதிபத்தியத்தால் சுரண்டப்பட்ட நாடு. சம்பவத்திற்குப் பிறகு பிரான்சு நாடு அவசர அவச-ரமாக ஹைத்திக்கு வழங்கிய கடன்களை ஒட்டுமொத்தமாக ரத்து செய்-தது. வரலாற்றை அறிந்தவர்களுக்கு யார் யாருக்குக் கடன்பட்டவர்கள் என்பது புரியும்

பிரெஞ்சுக்காரர்களிடமிருந்து விடுதலைப் பெறுவதற்கு முன்பு ஹைத்தி நாட்டிற்குப்பெயர் செயிண்ட் டொமிங்(Saint Domingue). கரீபியன் கடற்பிரதேசங்களில் ஒன்றான ஹைத்தி அங்குள்ள பிறதீவுக-ளுடன் பொதுப்பண்பில் ஒத்திருந்த போதிலும் மொழியால் வேறுபட்டது. க்யூபா, டொமினிக்கன் குடியரசு, போர்த்தரிக்கோ நாடுகள் ஸ்பானிஷ் மொழியையும்; கிரிக்கெட்டால் அறியப்பட்ட மேற்க்கிந்திய தீவு உறுப்பு-நாடுகள் ஆங்கிலமும் பேச; இவர்கள் விதிவிலக்காக தங்கள் முன்னாள் எஜமானர்களின் (பிரெஞ்சு)மொழியை ஆட்சிமொழியாகக் கொண்டவர்-கள். ஹைத்தி நாடு அடிமை வியாபாரத்திற்கும், கடற்கொள்ளையர்க-ளுக்கும் உகந்த பிரதேசமாகவும் இருந்திருக்கிறது. 17ம் நூற்றாண்டில் பிரெஞ்சுக்காரகளின் கீழ்வந்த ஹைத்தி, பிரெஞ்சு கிழக்கிந்திய கம்-பெனியின் கொல்பெர் அறிமுகப்படுத்திய காலனிக் கொள்கைகளால் பாதிக்கப்பட்ட நாடுகளிலொன்று-நீலக்கடல் நாவலில் இவரைப் குறிப்-பிட்டிருக்கிறேன். தாய்நாட்டை வளப்படுத்துவதே காலனி நாடுகளின் பயன்பாடென்பது இவரது தீர்க்கமான முடிவு. காலனிநாடுகளில் தொழில் தொடங்கத் தடை, காலனி நாடுகள் தங்கள் அண்டை நாடுகளில் வணி-பத் தொடர்பு கொள்ளக்கூடாது. காலனிநாடுகள் தாய் நாட்டில் உற்-பத்தியாகும்பொருட்களுக்கான சந்தை. காலனி நாட்டில் விற்பனையா-கும் பொருட்களையும் விலையையும் தீர்மானிக்கும் பொறுப்பும் தாய் நாட்டிற்குரியது என்பவை அக்கொள்கைகளிற் சில. பிரெஞ்சு காலனி-யாகவிருந்த ஹைத்தி உலக உற்பத்தியில் ஐம்பது விழுக்காடு சர்க்க-ரையை உற்பத்திசெய்த நாடு. காப்பி உற்பத்தியிலுலும் முன்னணிலிருந்-தது. அவ்வளவையும் பிரெஞ்சுக்காரர்கள் பத்தொன்பதாம் நூற்றாண்டு-வரை சுரண்டி வந்தனர். தோட்ட முதலாளிகளுக்குச் சாதகமாகவிருந்த கறுப்பரினச் சட்டம் (Le Code Noir) ஹைத்தி மக்களை விலங்-

கினும் கேவலமாக நடத்தியது. 1789ம் ஆண்டு தாய் நாட்டில் அறி-
வித்த மனித உரிமை பிரகடனத்தில் 'சட்டத்தின் முன் மனிதராகப் பிறந்த
அனைவரும் சமம்' என்று அறிவித்தது காலனிநாடுகளுக்குப் பொருந்-
தாதென்றார்கள். ஓர் விமர்சகர் கிண்டலாக 'வெள்ளையாரக் பிறந்தவர்-
கள் மட்டுமே சட்டத்தின்முன் சமம்' என திருத்தம் கொண்டுவரலாமென்-
றார். ஆக 1791ம் ஆண்டு தொடக்கம் பிரெஞ்சு ஏகாதிபத்தியத்திற்கு
எதிராக ஹைத்தியர்கள் அணிதிரண்டார்கள். பன்னிரண்டு ஆண்டுகள்
நடந்த விடுதலைப்போரில் பிரெஞ்சு ஏகாதிபத்தியத்திற்கு மாபெரும் நட்-
டம். தங்கள் வளத்திற்கு ஆதாரமாக இருந்த நாடு கைவிட்டுப்போனதை
பிரான்சு இன்றளவும் மறக்கவில்லை. இடதுசாரி பிரெஞ்சுக்காரகள்கூட
ஹைத்தியென்றால் முகஞ் சுளித்தார்கள்.

நில நடுக்கத்திற்குப் பிறகு அறிவிஜீவிகளில் ஒரு பிரிவினர், இனியும்
நாம் பாராமுகமாக இருப்பத்தில் பொருளில்லை என விமர்சனம் செய்த-
தின் விளைவாக பிரான்சு அரசாங்கம் ஹைத்திக்கு உதவ முன்வந்திருக்-
கிறது. ஹைத்திமக்கள் பிரான்சுடன் தொப்புட்கொடி உறவுகொண்டவர்-
களல்ல, ஐரோப்பிய இனமுமல்ல. ஹைத்தி மக்கள் பிரெஞ்சுமொழியை
அரசாங்க மொழியாகக் கொண்டிருக்கிற காரணம் அவர்கள் உந்துத-
லைத் துரிதப்படுத்தி இருப்பதாகச் சொல்கிறார்கள். பிரெஞ்சும்சரி ஆங்-
கிலமும்சரி உலகளவில் முக்கிய மொழிகளாக வளந்ததற்குச் சொல்லப்-
படும் காரணங்களுள் இதுபோன்ற தந்திரங்களும் அடங்கும். எனினும்
தாரைத் தப்பட்டி மாநாடுகளை நடத்தி தங்கள் மொழிகளை அவர்கள்
வளர்த்ததாகச் சான்றுகளில்லை.

6

புர்க்காவும் முகமும்

எழுபதுகளிலும் சரி, எண்பதுகளிலும் சரி தனியுடமை நெருக்கடியை சந்திக்கிறபோதெல்லாம் சாமர்த்தியமாக மீண்டுவந்திருக்கிறது. மாவோ-வின் சீனமும், லெனினின் சோவியத் யூனியனும் தனியுடமைக் காலில் விழுந்தாயிற்று என்கிறபோது சொல்ல என்ன இருக்கிறது. அமெரிக்க அதிபர் ஓபாமாவுக்கு மாறாக பிரான்சு சர்க்கோசிக்கு மதாம் தாட்சர் குரு. ஆனால் தாட்சரைக் காட்டிலும் தந்திரசாலி என்று சொல்ல-வேண்டும். உள்ளாட்சிதேர்தல் வருகிறது. பொருளாதார நெருக்கடிகளி-ருந்து பிற மேற்கத்திய நாடுகளைப்போலவே பிரான்சு இன்னமும் மீள-வில்லை.விலைவாசி உயர்வைக் கட்டுபடுத்துவதும், மக்களின் வாங்குந்-திறனை அதிகரிக்கவேண்டியதும் அரசாங்கம் அக்கறைகொள்ளவேண்டிய முதன்மைச் சிக்கல்கள். அரசு எடுத்த நடவடிக்கைகளின் பலன்கள் தற்-போதைக்கு பூஜ்யமென்ற நிலை. ஆக ஆட்சியாளர்கள் தமது சாதனை-களைச் சொல்லி உள்ளாட்சி தேர்தலில் வெற்றிபெறுவதென்பது நடவா-தென்பதை உணர்ந்திருக்கிறார்கள். இந்நிலையில் நாட்டின் பெருவாரி-யான பிரச்சினைகளுக்கு வெளிநாட்டினரே காரணமென்ற மனோபாவம் மேற்கத்திய நாடுகளில் அண்மைக் காலங்களில் குறிப்பாக உழைக்கும் வர்க்கத்திடமும், நடுத்தரவர்க்கத்திடமும் வளர்ந்து வருவதை பயன்படுத்-திக்கொள்ள நினைக்கிறார்கள். வெளிநாட்டினர் குறிவைத்து சட்டங்கள், விவாதகளங்களென ஏற்படுத்தி பிரச்சினைகளை திசைதிருப்பவும் அதன் மூலம் மக்கள் ஆதரவை பெற நினைக்கிறார்கள். கடந்த இரண்டுமா-தங்களுக்கு முன்பு பிரெஞ்சு குடிமகன் என்பவர் யார் என்ற விவா-

தத்தைப் அதிபர் தொடங்கிவைத்தார். இவ்விவாதகளம் பல நேரங்களில் இனவாதத்தை எதிரொலிக்கும் போக்கில் சிதைந்திருக்கிறது. எதிர்கட்சினர் மாத்திரமல்ல ஆளுங்கட்சியைச் சேர்ந்த மூத்த உறுப்பினர்களில் சிலரும் அதை எதிர்த்திருந்தனர். இந்நிலையில் 'புர்க்கா(பர்தா) அணிவதைத் தடைசெய்யவேண்டுமென்று ஒரு புதிய பூதத்தை அவிழ்த்துவிட்டிருக்கிறார்கள். பிரான்சை பொறுத்தவரை சுமார் இரண்டாயிரத்திலிருந்து மூவாயிரம் பெண்கள் புர்க்கா அணிவதாக ஒரு கணக்கு. ஏற்கனவே பள்ளிகள் கல்லூரிகளில் தலையில் துணியிட்டு மறைக்க அனுமதியில்லை. புர்க்கா விவகாரம் கட்சிபேதமின்றி பலரின் ஆதரவை பெற்றிருப்பதையும் இங்கே குறிப்பிட்டாகவேண்டும். சென்றவருடம் கம்யூனிஸ்டு கட்சி உறுப்பினர் ஒருவர் நாட்டில் புர்க்கா அணிவதை தொடர்ந்து அனுபதிப்பதா என்பதை ஆராய்வதற்காகப் பாராளுமன்ற குழுவொன்றினை உருவாக்க வேண்டுமென்றார், அனைத்து கட்சிகளையும் சார்ந்த 60 பாராளுமன்ற உறுப்பினர்கள் அவருக்கு ஆதரவு தெரிவித்தனர். 'அடிமைகளுமல்ல பரத்தைகளுமல்ல' என்ற பெண்கள் அமைப்பும் அதற்கு ஆதரவு தெரிவித்தது. தொடர்ந்து அதிபர் சர்க்கோசி சுதந்திர சிந்தனைகொண்ட நாட்டில் பெண்களை அடிமைபடுத்துகிற புர்க்காவுக்கு இடமில்லைஎன அறிவித்து, இரண்டு பாராளுமன்ற உறுப்பினர்களை நியமித்து அதைத் தடை செய்வதற்கான வழிமுறைகளை கூறுமாறு பணிக்க அண்மையில் அவ்வறிக்கையும் சமர்ப்பிக்கப்பட்டுள்ளது, பாரளுமன்றத்தில் வைத்து விவாதிக்க இருக்கிறார்கள். அதன்படி அரசுஅலுவலகங்களில் புர்க்காஅணிந்த பெண்களுக்கு சேவைகள் மறுக்கப்படலாம், பொதுவிடங்களில் புர்க்காவுடன் வரும் பெண்களை பொலிஸார் முகத்திரையை அகற்றவேண்டுமென கேட்டுக்கொண்டால் அகற்றவேண்டும் தவறினால் அபராதம் விதிக்கப்படும் என்றெல்லாம் யோசனைகளுள்ளன. பிரான்சு நாட்டில் வசிக்கும் சில இமாம்கள் உட்பட இஸ்லாமிய அமைப்புகளில் ஒரு சிலவும் புர்க்காவைத் தடைசெய்வதற்கு ஆதரவு தெரிவிக்கிறார்கள். புர்க்காவை கட்டாயமாக இஸ்லாம் வற்புறுத்துவதில்லை, இது ஆசிய நாடுகளில் கலாச்சாரத்தால் இடையில் வந்ததென்றும் சொல்கிறார்கள். உண்மையில் புர்க்கா ஒரு பிரச்சினையே அல்ல. எண்ணிக்கையில் மிகச் சிறுபான்மையினராக ஒரு கூட்டத்தின் விருப்பத்தைத் தடைசெய்வது தீவிரவாதத்தை மறைமுகமாக வளர்க்க உதவுமென வாதிடும் அரசியல்வாதிகளும் இருக்கின்றனர்.

ஆளும் கட்சியின் தலைவர் ஒரு விவாதத்தின்போது, எல்லா தரப்பு மக்-களையும் கொண்ட நாட்டில் மக்கள் சேர்ந்து வாழ்வதற்கு திரையிடாத முகங்கள் அவசியமென்றார். முகமற்ற எதிராளியுடன் பேசுவதற்கு தமக்-குத் தயக்கமாக இருக்கிறதென்றார்.

குளோதியா ஷிஃப்பரும், ஐஸ்வர்யா ராயும் சட்டென்று பிறரை வசீ-கரிக்க முகமே காரணம். பிணமென்றால்கூட தலை அவசியமாகிறது. இறுதி அஞ்சலி செய்ய முகம் தேவை. குற்றவழக்குகளில் நேரில் பார்த்த சாட்சிகளுக்கான வலு என்னவென்று நாம் அறியாததல்ல. மனிதருக்கு மாத்திரமல்ல விலங்கென்றாலும் முகம் தேவை. முகத்தை உயிரியல், மொழி, இனம், சமூகச்சூழல் எனவும் தீர்மானிக்கின்றன. எண் சாண் உடம்பிற்குத் தலையும் பிரதானம், முகமும் பிரதானம். எங்கே போய்க்-கொண்டிருக்கிறீர்கள்? என்ற கேள்விக்குப் பதிலாகப் பெறப்படும் தலை-வரைப் பார்க்கணும், நண்பரைப் பார்க்கணும், பிள்ளையைப் பார்க்க-ணும், உறவைப் பார்க்கணும்' என்று பதிலை வைத்திருக்கிறோம். பகை-யைக் கூட, நாலுவார்த்தை நாக்கைப்பிடுங்கிக் கொள்வதுபோல கேட்-கவேண்டுமென்றால் முகம் தேவைப்படுகிறது. முகம் கொடுத்து பேசா-தபோது வருந்துகிறோம். இந்தப் பார்வையும் பார்த்தலும் நமது விருப்-பத்தின்பாற்பட்டவை, ஒருவரை நேர்கொண்டு பார்க்க அல்லது ஏறிட்டுப் பார்க்க நமக்கு விருப்பம் இருக்கவேண்டும், தவிர நாம் பார்க்க விரும்பும் நபருக்கும் நம்மைப் பார்க்க விருப்பம் இருக்கவேண்டும், இல்லையெனில் சந்திப்புகளோ அதன் தொடர்ச்சியான பின் நிகழ்வுகளோ இல்லை. யோசித்துப் பார்க்கிறபோது உலகை இயக்குவது பார்வை என்றாகிறது.

ஓர் உரையாடலை முழுமை படுத்துவதுவதற்கு அல்லது உயிர்ப்பித்து தருவதற்கு உரையாடலை நிகழ்த்தும் மனித முகங்களின் தசைநார்களின் ஒத்துழைப்பு அவசியமாகிறது. அநேக தருணங்களில் சொற்களின் உபயோகத்தை பிறமையாகத் தீர்மானித்து தம்மை முன்னிலைப்படுத்து-வதில் முகபாவங்கள் காட்டும் அக்கறை கவனத்திற்கொள்ள தக்கவை. முகத்தின் ஊடாக அதன் உரிமையாளர் தமது மனோபாவத்தை வெளிப்-படுத்துகிறார். எதிர்காலத்தில் ரொபோக்கள் மனிதரிடத்தைக் ஆக்ர-மிக்கக்கூடுமென்பதன் அடிப்படையில் நிறைய அறிவியல் புனைவுகள் எழுதபட்டபோதிலும் வறட்சியான ரொபோக்களுடனான உரையாடல்கள் அச்சுறுத்துகின்றன. 'டியர் எட்டுமணிக்கு காதல் செய்யணும் கட்டிலுக்கு வந்துடுண்ணு' சொன்னால் ஊடல்செய்யாமல் கட்டிலுக்கு ரொபோ

வரலாம், ஆனால் கூடலுக்கு முக பாவங்கள் அவசியம்.

மனிதர் அங்கத்தில் பிற உறுப்புகளைக் காட்டிலும் முகத்தையே நம்மால் நினைவுக்குக் கொண்டுவரமுடிகிறது. Prosopagnosia என்ற முகமறதி நோய்க்காரர்களுக்கு முகங்கள் மறந்துபோவதுண்டாம். அவர்கள் முகத்திலுள்ள கண், மூக்கு வாய் ஆகியவற்றைத் தெளிவாகப் பார்க்க முடிந்தபோதிலும், முகத்திற்குரியவரை நினைவுக்குக் கொண்டுவர ஆவதில்லையாம். உறவினர்கள் நண்பர்கள் தேடிப்போய் மூன்றாம்பிறை கமலஹாசன்போல நினூட்டுவதற்கான சேட்டைகளெல்லாம் செய்தாலும் எடுபடாதென்கிறார்கள். சிலருக்கு Selective Prosopagnosia வருவதுண்டு 'எங்கேயோ பார்த்திருக்கேன், எங்கேண்ணுதான் தெரியலை' என்பார்கள். புத்தகத்தை இரவல் வாங்கிச் செல்லும் கடன்காரர்களும் அதில் அடக்கம். நம்மிடம் கடன் பட்ட பெரிய மனிதர்களை மாத்திரமல்ல பிறரையும் பொதுவாக நினைவுக்குக் கொண்டுவர முகங்கள் உதவுகின்றன. முகமூடிக்கொள்ளையர்களின் பெருக்கத்திற்கும் அதுவே காரணமென நினைக்கிறேன். மனித முகங்களை ஞாபகபடுத்துவதென்பது முகத்திலுள்ள கண்கள், மூக்கு, காது, வாய் சார்ந்த முகவமைப்பை நினைவுகொள்வதில்லை, அம்முகம்சார்ந்த பாவங்களைத் தேடி அம்முகத்திற்குரியவரை அடையாளப்படுத்துவதாகும். முகங்களைத் தேடுவதென்பது இயல்பாய் நம்முள் நிகழ்வதென்கிறார்கள். பிறந்த குழந்தைகள்கூட பார்வையோடிணைந்த முகத்தைத்தான் தங்கள் முதற் தேடலாகக் கொண்டிருக்கின்றன என்கிறார்கள் ஆக. முகத்தை அடையாளப்படுத்துவதென்பது சுமுகமான மனித உறவுகளுக்கான தொடக்கம். நமக்கு ஏற்கனவே அறிமுகமான மனிதர்களின் முகபாவங்களை எளிதில் புரிந்துகொள்கிறோம், ஆனால் அந்நியர்களின் முகபாவங்களை விளங்கிக்கொள்வதிற் சங்கடங்கள் இருக்கின்றன. கிராமத்தில் ஒரு முறை சினேகிதன் வீட்டில் கட்டியிருந்த உழவு மாட்டொன்றை அதன் முகம் பாவத்தைப் புரிந்துகொள்ளாமல் எதிரே நிற்கவும் அது முட்டித்தள்ள விழுந்ததில் ஒருமாதம் கையிற் கட்டுடன் அலைந்துகொண்டிருந்தேன்.

முகபாவங்கள் பல செய்திகளை உள்ளடக்கியது. அம்புலன்களின் கேந்திரமாக முகமிருப்பது அதற்குக் காரணமாக இருக்கலாம், பிறர் முகத்திலிருந்து நம்மை வாசிப்பது ஒருபக்கமெனில் நம்மைநாமே புரிந்துகொள்ளவும் முகம் ஒத்துழைக்கிறது. ஒவ்வொரு நாளும் உடுத்துகிறபோது நமது முகத்தைப்பார்க்கிறோமென்றாலும் வாரத்தில் ஐந்து நிமிடம் கண்-

ணாடியில் எனது முகத்துடன் நடத்தும் உரையாடல் என்னை புரிந்து-
கொள்ள உதவியிருக்கிறது. பாரபட்சமற்ற ஓர் உரையாடல், ஒரு நோயா-
ளிக்கும் வைத்தியருக்குமான இடையிலான உரையாடல் போன்றது.
எனது அபிப்ராயங்கள், எனது கருத்தியல்கள், செயல்பாடுகள், காழ்ப்பு-
கள், ஆசைகள், சுயநலங்களென பலதையும் கடுமையாக அது விமர்-
சிக்கிறது. கண்ணாடியில் பார்க்கும் சொந்த முகத்தைத்தவிர என்னை
அச்சுறுத்துகிற மற்றொரு முகம் மனைவியின் முகம். ஒரு மனிதனை
நன்கு புரிந்துவைத்திருப்பவர்களாக மூவரைக் கருதலாம் ஒன்று: அந்த
மனிதன்; இரண்டு: நீண்டகாலமாகப் பழகிய நண்பன். மூன்று: அவன்
மனைவி. இம்மூவருக்கும் நமது பலமென்ன பலவீனமென்ன, உண்மை-
யென்ன பொய்யென்ன என்பதிற் தெளிவாய் இருப்பவர்கள். அவர்கள்
மனதிற் நாம் ஏற்படுத்தியுள்ள பிம்பத்தை நன்கறிந்தவர்கள். மேடை-
யில் பாராட்டும், பூச்செண்டுகளும் அளிக்கப்படுகிறபோது மனைவியின்
பார்வை என்ன சொல்கிறது என்பதும் முகத்தின் தசைநார்கள் அசைந்-
துகொடுத்து வெளிப்படுத்தும் பாவங்களும் முக்கியம். அக்கண்கள் தரா-
சுபோன்றவை, நம்மை துல்லியமாக அளந்து வைத்திருப்பவை.

7

மகன் தந்தைக்காற்றும் உதவி

உண்மையான படைப்பென்பது பல ரகசியங்களை உள்ளடக்கியதென்ற அல்பெர் கமுய் 1960ம் ஆண்டு ஜனவரி மாதம் நடந்த ஒரு மோட்டார் வாகன விபத்தில் இறந்து ஐம்பது ஆண்டுகள் ஆகின்றன.

நோபல் பரிசு 1901லிருந்து வழங்கப்பட்டுவெருகிறது. தொடங்கிய ஆண்டே இலக்கியத்திற்கான முதல் நோபல் பரிசினைப்பெற்றவர் ஒரு பிரெஞ்சு கவிஞர் பெயர் சுல்லி ப்ருய்தோம்(Sully Prudhomme). 2008ல் இலக்கியத்திற்கான நோபல் பரிசுபெற்ற லெ கிளேஸியோ (Le Clezio)அவ்வரிசையில் சமீபத்தில் சேர்ந்துகொண்ட பிரெஞ்சு படைப்-பாளி. நாடு என்று பார்க்கிறபொழுது, உலக அளவில் பிரான்சு நோபல் பரிசுபெற்ற படைப்பாளிகளை அதிகம் பெற்று முன்னிலை வகிக்கிறது. பரிசினை மறுத்த சார்த்துருவையும் சேர்த்து இதுவரை பிரெஞ்சு படைப்-பாளிகள் பதினான்குபேர் இலக்கியத்திற்கான நோபல் பரிசினை வென்-றிருக்கிறார்கள். அமெரிக்கா, இங்கிலாந்து, ஜெர்மனி, இத்தாலியென நீளுகின்றவரிசையில் இரவீந்திரநாத் தாகூரின் புண்ணியத்தில் இந்தியா-வுமுண்டு.

பரிசுகள் படைப்பாளிகளை அளக்க உதவாதென்றபோதிலும், பரிசு-கள் தரும் முகவரியையும் குறைத்து மதிப்பிடுவதற்கில்லை. நோபெல்பரிசு

வழி அல்லாத பிற எதார்த்தங்களும் பிரெஞ்சு படைப்புலகிற்கு அனு-
சரணையாக உள்ளன. ஆதிக்கச் சக்தியின் எதிர்ப்புக் குரலாக இலக்-
கியத்தை கட்டமைத்த பெருமைக்குரியவர்கள் மாத்திரமல்ல, மரபுகளை
மீறுவதற்கும் அவர்கள் தயங்கியதில்லை. இருண்மையை உதறி உணர்வு
சுவையென்ற படிநிலைகளைக் கடந்து இலக்கியத்தினை வெகுதூரத்திற்கு
அவர்கள் அழைத்துவந்திருக்கிறார்கள். உண்மை, புதுமை, நுணுக்கம்,
உயிர்ப்பு, பாய்ச்சல், வீச்சென்று மொழியின் பரப்பை ஆழமாக உழுது
பண்படுத்தியவர்கள். வீரியமிக்க விளைச்சல் மண்ணெண்பதால் தரமான
படைப்பாளிகள் பலரை உலகுக்கும் தந்திருக்கிறார்கள். அவ்வரிசையில்
நம் அல்பெர் கமுய்யும் வருகிறார். பிரெஞ்சு படைப்புலகம் மாத்திரமல்ல,
பிற நாடுகளைச் சேர்ந்த படைப்புலகமும் அல்பெர் கமுய் வசம் தங்-
களுக்குள்ள அபிமானத்தை தெரிவித்துக்கொண்டனவென்பதை இதழ்க-
ளும் ஊடகச் செய்திகளும் தெரிவிக்கின்றன.

இந்திய விருதுகள்போலன்றி நோபல் பரிசு படைப்பாளிகளையும்,
பிறதுறை வல்லுனர்களையும் உரியவயதில் அங்கீகரிக்கிறது. அல்பெர்-
கமுய் இலக்கியத்திற்கான நோபல் பரிசினை பெற்றபோது வயது நாற்-
பத்து நான்கு. எழுத்திலிருந்து ஓய்வு பெற்ற அல்லது பெறும் வயதல்ல-
ஒருவேளை அவரை மரணம் நெருங்குகிறது என்பதை நோபல் பரி-
சுக்குழுவினர் அறிந்திருந்தார்களோ என்னவோ, முந்திக்கொண்டார்கள்.
கமுய்யின் இலக்கியச் சாதனைகள்: மூன்று நாவல்கள், ஐந்து கட்டுரை
தொகுப்புகள், நான்கு நாடகங்கள், சிறுகதைகள். அல்பெர் கமுய் சமூ-
கத்தின்பால் அக்கறைகொண்ட நாவலாசிரியர், நாடக ஆசிரியர், மெய்-
யியலாளர், பத்திரிகையாளர். இடதுசாரி சிந்தனையாளரென்ற வகையில்
அவரது விருப்பங்கள் கொள்கை சார்ந்தனவாக இருந்தன, எனினும்
பிரச்சினைகளை அளக்கிறபொழுது பாரபட்சமற்று தம்மனதிற்கு நேர்-
மையானவராக நடந்துகொண்டிருக்கிறார். இக்குணம் பலரை எரிச்சல்-
கொள்ள வைத்திருக்கிறது. ஆட்சியாளர்கள், எழுத்தாள நண்பர்கள்,
இனவாதம், கிறித்துவம் என அனைத்தையும் விமரிசிக்கும் போக்கு
அவருக்குப் பிடித்திருந்தது. அல்பெர் கமுய் தத்துவவாதியா? நாவலா-
சிரியரா? என்ற விவாதமும் இறந்து ஐம்பது ஆண்டுகளுக்குப் பின்ன-
ரும் தொடர்கிறது. வெ.ஸ்ரீராம் மொழிபெயர்த்திருந்த அந்நியன் மூலம்
தமிழிலக்கியத்திற்கு அவரது அறிமுகம் வாய்த்தது. பிரெஞ்சு காலனியா-
கவிருந்த அல்ஜீரியாவில் பிறந்து வளர்ந்த கமுய்க்கூட ஓர் அந்நியரா-

கத்தான் சொந்த நாட்டில் காலெடுத்துவைத்தார். அவரது நாவல்களில் எனக்குபிடித்தது வீழ்ச்சி (la Chute -The Fall-1956). இருப்பியல்-வாதிகளை கேலிசெய்யும் வகையில் இந்நாவலுக்கு கமுய் 'அலறல்'(Le Cri) என முதலில் பெயர் வைத்திருக்கிறார். அதாவது சமூகத்திற்-கும், இருப்பியல்வாதிகளுக்கும் எதிரான 'அலறல்' என்று பொருள்த-ரும் வகையில். கடைசியில் 'வீழ்ச்சி' என்ற பெயரிலேயே வெளிவந்தது. 'கொள்ளை நோய்க்கு' இணையாக விற்பனையில் சாதனை படைத்த நாவல். ழான்-பாப்திஸ்த் கிளமான்ஸ் கதை நாயகன். ஆறு அத்தியா-யங்கள். இரத்தக்கண்ணீரில் வரும் கதை நாயகனை நினைவிருக்கிறதா. குற்றம் புரிந்தவன் வாழ்க்கையில் நிம்மதிகொள்வதென்பதேது' சிதம்பரம் ஜெயராமன் குரல் பின்னணியில் ஒலிக்க.... ராதா, '...... எனக்கு நிம்-மதியேது' என கரகரத்த குரலில் சர்வ அலட்சியத்துடன் தமது வருத்-தத்தை வெளிக்கொணர்வார். 'வீழ்ச்சி' நாயகனும் அப்படியொரு குற்றத்-திற்காக நிம்மதியின்றி தவிப்பவர். விரக்தியின் உச்சத்தில் தள்ளாடுபவர். செய்தக்குற்றம் நீரில் மூழ்கிய பெண்ணொருத்தியின் அலறலுக்கு செவி சாய்க்காதது. அவள் நீரில் மூழ்கப் பார்த்திருந்து மனதைத் கல்லாக்கிக்-கொண்டு ஒதுங்கி நடந்தது.

சமீபத்தில் பிரான்சு நாட்டு அதிபர் நிக்கோலா சர்க்கோசி பாரீ-சிலுள்ள புனித ழெனெவியேவ் தேவாலய பாந்தெயோ-னுக்கு(Pantheon)1 காலத்தின் அரித்தலுக்குத் தப்பிய அல்பெர் கமுய்-யின் எலும்புகளையும் கொண்டுவரவேண்டுமென்ற தமது விருப்பத்தைத் தெரிவித்தார். அல்பெர் கமுய்யின் ஐம்பதாவது நினைவுதினத்தை அரசு-விழாவாக ஏற்பாடுசெய்ய நினைத்து அவரது மகள் காத்ரீனை அதி-பர்மாளிகைக்கு அழைத்திருந்தார்கள். அதிபர் தமது விருப்பத்தைத் தெரிவித்திருக்கிறார். பாரீஸில் புகழ்பெற்ற இவ்வாலயத்தில் 72க்குமேற்-பட்ட பிரபலங்கள் அடக்கம் செய்யப்பட்டுள்ளனர்: ரூஸ்ஸோ, ஸோலா, மால்ரோ என்ற அவ்வரிசை பெரியது. இது தவிர பிரசித்திபெற்ற எழுத்-தாளர்களின் வாசகங்களையும் சுவர்களில் பொறித்துள்ளனர். அதிபர் சர்க்கோஸி விருப்பப்படலாமேயொழிய, Pantheonக்கென்றுள்ள குழு அதனை ஏற்பதா நிராகரிப்பதாவென்று முடிவு செய்யவேண்டும், ஏற்-கனவே பல பிரபலங்களின் உடல்கள் அவ்வாறு குழுவினரால் நிராக-ரிக்கபட்டுள்ளன. தமது தந்தையின் எஞ்சியவைகளை தேசிய நினைவி-டத்தில் கொண்டு சேர்ப்பதற்கு அரசு எடுக்கும் முயற்சிகளைக் கண்டு

அல்பெர் கமுய் மகளுக்கு கூடுதலாக மகிழ்ச்சி. வறியதொரு குடும்பத்தில் பிறந்த தனது தந்தைக்கு நாடு செலுத்தவிருக்கும் மிகப்பெரிய அஞ்சலி-யென அவர் நினைக்கிறார். பத்திரிகையாளர்களுக்கு அளித்தபேட்டியில் அதை புரிந்துகொள்ள முடிந்தது.

அல்பெர் கமுய்யின் மகனும் காதரீனின் சகோதரனுமான ழான் கமுய் அதிபர் சர்க்கோசியின் விருப்பத்தை நிராகரிக்கிறார். அதிபரின் விருப்பத்தை மறுக்க அவருக்குக் காரணங்களிருக்கின்றன. அதிபர் மாளிகை பலமுறை தூதுவிட்டது, இரண்டுமுறை அதிபரின் செயலர்கள் நேரில் சந்தித்து மகனிடம் சமாதானம் பேசினார்கள். இணங்கவில்லை, 'அப்பா லூர்மரைனில்(Lourmarin- அல்பெர் கமுய் உடலடக்கம் செய்யப்பட்டுள்ள சிறுகிராமம்) அமைதியாக உறங்குகிறார் அவரைத் தொந்தரவு செய்யவேண்டாமென்கிறார். அதிபர் சர்க்கோசியின் அல்பெர் கமுய் மீதான திடீர்ப்பாசத்தை எழுத்தாளரின் பிள்ளை சந்தர்ப்பவாத-மென்கிறார். பிரான்சு நாட்டில் அல்பெர் கமுய் பேரில் நூற்றுக்கணக்-கான வீதிகள் இருக்கின்றன, ஆனால் நெய்லி என்ற நகரில் அப்படி-யொரு வீதியொன்றும் இல்லையே என்கிறார். நெய்லி அதிபர் சர்க்கோசி இருபது ஆண்டுகாலம் மேயராக இருந்த நகரம். அதாவது அல்பெர் கமுய் மகனுக்கு அதிபர் சர்க்கோசி கற்பூர வாசனையை அறியாதவர். இவ்வாதத்தை பொதுவாகப் பலரும் ஏற்பதில்லையென்றபோதும் அல்பெர் கமுய்யின் மகன், அதிபரிடம் எழுப்பும் அடுத்த இரண்டு கேள்விகள் நியாயமானவை என்கின்றனர்:

முதலாவது:

அப்பா விரும்பி வாசித்த மூன்று நாவல்களுள் 'கிளேவ்ஸ் இளவ-ரசி'யும் ஒன்றென்ற உண்மை உங்களுக்குத் தெரியுமா?

'கிளேவ்ஸ் இளவரசியை'யெல்லாம் படித்து நேரத்தை வீணாக்க-வேண்டமென கல்விநிறுவனமொன்றில் அதிபர் சர்க்கோசி மாணவர்க-ளுக்கு ஆற்றிய உரை சமீபத்தில் பெருஞ்சர்ச்சைக்கு உள்ளாகியிருந்தது

இரண்டாவது:

அப்பா மதங்களைக் குறித்து வைத்திருந்த அபிப்ராயங்கள் என்ன-வென்று நீங்கள் அறிவீர்களா?

அல்பெர் கமுய் இடதுசாரி சிந்தனையாளர், கிறித்துவத்தை பலமுறை கண்டித்திருக்கிறார். எனவே அவரது உடலை தேவாலயத்துக்குள் கொண்டு சேர்ப்பதில் மகனுக்கு உடன்பாடில்லை.

8

ஒளியும் நிழலும்

ஒரு பொருளின் மாற்று வடிவங்களில் நிழலுக்கென தனித்துவமுண்டு. சாயல், நகல், பிரதி, படிமம் எனவும் பொருள் கொள்ளலாம். உளப்-பகுப்பாய்வியல் நிழலை மனசாட்சியென்கிறது. கருப்புவெள்ளைபடங்க-ளில் கதை நாயகனோ நாயகியோ மனச்சிக்கலுக்கு உள்ளாகிறபோ-தெல்லாம் அவர்களினும் பார்க்க இருமடங்கு ஆகிருதியுடன் கலக-லவென்று நகைப்பதுபோலவோ, இறுக்கமான முகத்துடன் எச்சரிப்பது-போலவோ திரையில் தோன்றுகிற நிழல்களை நாம் அறிவோம். உள்-மனமென்று நம்பப்படும் இந்நிழலுடைய குணத்தினை இணக்கமற்ற, முரண்படக்கூடிய, கலகக்குரலென்று சித்தரிக்கலாம். மனம் எரிமலை-யாகிறபோது வீசப்படும் எரிமலைக்குழம்பு இந்நிழல். எரிமலைகுழம்பால் அண்டை நிலங்களுக்குப் பிரச்சினை. உளப்பகுப்பாய்வு முன்னிருத்தும் நிழல் புறப்பட்ட இடத்தையே புல் பூண்டற்று போகச் செய்யும் தன்மை-யது. நிழலோடு கவனம் தேவை, உறவில் எச்சரிக்கை தேவை. உளப்-குப்பாய்வியல் அறிஞர் கார்ல் யுங்கிற்கு இந்நிழல் நம்மினும் தாழ்ந்தது, பண்படாதது, செம்மையுறாதது, தொடக்க நிலை, முரண்பட்டது ஆனால் தப்பானதல்ல. அற்பாத்மாவுக்குரிய குணமும் சேர்ந்ததுதான் மகாத்மா. சுத்திகரிக்கபட்ட ஒழுகலென்று எதுவுமில்லை. வாழ்க்கையென்பது அப்-பழுக்கதற்றதல்ல. ஒழுங்கின்மையும் சேர்ந்ததுதான் உயர்வும் முன்னேற்ற-மும், ஆக நிழலின்றி ஒளியில்லை என்பதுதான் விதி.

தருமிக்கு ghostwriter யாரென்று கேட்டால் சிவபெருமானைச் சொல்வோம். The Count of Monte Cristo, The Three

Musketeers, Twenty Years After புகழ் அலெக்ஸாந்த்ரு துய்மாவிற்கும் ஒரு Ghostwriter உண்டு பெயர் மக்கே என அழைக்கபட்ட ஒகுய்ஸ்த் மக்கே(Auguste Maquet). எட்டுவருடங்களுக்கு முன்பு அலெக்ஸாந்த்ரு துய்மாவை பாந்தெயோன் தேவாலயத்தில் மறு அடக்கம் செய்வதென பிரான்சு நாடு தீர்மானித்தபோது இந்த நிழலுக்கு ஆதரவாக ஒலித்த ஒரே குரல் பொதுவுடமைக் கட்சியின் அதிகாரபூர்வ ஏடான ஹ—மானித்தே தினசரியின் ஆசிரியர் குரல். அவர் தமது தலையங்கத்தில், "துய்மாவின் முக்கிய படைப்புகளுக்குப் பின்புலத்தில் உழைத்த ஒகுய்ஸ்த் மக்கேவை நண்பர் அருகில் மறு அடக்கம் செய்யக்கூடாதா? அதற்கு தேவாலயத்தில் கொஞ்சம் இடமில்லாமல் போய்விட்டதா?" என்று வருந்தினார். துய்மாவின் நிழலாகவிருந்த ஒகுய்ஸ்த் மக்கே 19ம் நூற்றாண்டைசேர்ந்தவர். பெரிய இடத்துப்பிள்ளை, கல்வி அறிவிலும் தேர்ந்தவர். இலக்கியத்தில் முனைவர் பட்டம் பெற்று பதினெட்டுவயதில் ஆசிரியப் பணியில் சேர்ந்தார். பணியிலிருந்துகொண்டு எழுதிய சில கவிதைகளும், கதைகளும் இலக்கிய இதழ்களில் பிரசுரமாகின்றன. பிடித்தது சனி. இலக்கிய வட்டாரத்தைச் சேர்ந்தவர்களின் சினேகிதம் வாய்க்கிறது. மனிதருக்கு இலக்கியத்தில் சபலமுண்டாக ஆசிரியப் பணியைத் துறக்கிறார். ஆசிரியப்பணியிலிருந்துகொண்டு இலக்கிய பணியை செய்யமுடியாதென நினைத்திருக்கிறார். ஜெரார்ட் நெவால்(Gerard de Nerval) என்ற கவிஞரின் நட்புகிடைக்கிறது. இருவருமாக இணைந்து கட்டுரைகள் எழுதுகிறார்கள்.

ஒகுய்ஸ்த் மக்கேவும் தரித்திரமும் இரட்டையர்கள் என்றாலும் தரித்திர சகோதரர் இவரை முந்திக்கொண்டிருக்கவேண்டும். மூன்று அங்கங்கள் கொண்ட நாடகமொன்றினை எழுதி எடுத்துக்கொண்டு வாய்ப்புத்தேடி நாடக அரங்கு பொறுப்பாளர்களைப் பார்க்கச் சென்றிருக்கிறார். வியாபாரிகள் "கூட்டம் சேர்க்கிற பெயராக இல்லையே" எனப் பதில் கூறியிருக்கிறார்கள். ஏமாற்றத்துடன் வீட்டிற்குத் திருப்பிய மக்கே நான்கைந்து படிகளெடுத்து அக்காலத்தில் புகழ்பெற்றிருந்த சஞ்சிகைகளுக்கு அனுப்பிவைத்திருக்கிறார். படைப்பாளரின் பெயரைப் பார்த்துவிட்டு படைப்பை தெரிவு செய்யும் மகானுபாவர்கள் சரக்கு எங்களுக்கு முக்கியமில்லை ஐயா, செட்டியார் முடுக்காக இருக்கவேண்டுமென அருள்கூர்ந்திருக்கிறார்கள்: எங்களுக்கு வேண்டியதெல்லாம் எழுதியிருப்பவர் யார்? என்ன எழுதப்பட்டிருக்கிறதென்பது எங்களுக்கு முக்கியமல்ல

என்று பதில் வந்திருக்கிறது. மனிதருக்குப் பொறுமையில்லை நண்பரும் கவிஞருமான ஜெரார் நெவால் பெயரில் தமது படைப்பினை அனுப்பிவைக்க பிரசுரமாகிறது. படைப்பில் தமது பெயர் இல்லாவிட்டாலும் தமது படைப்பு பிரசுரமாகிறதே என்ற அற்ப சந்தோஷம். இந்த ஜெரார் நெவாலுக்கு அலெக்ஸாந்த்ரு துய்மா சினேகிதர். 1838ம் ஆண்டு டிசம்பர் மாதத்து குளிர் நாளில் துய்மாவை ஒகுய்ஸ்த் மக்கேக்கு அறிமுகப்படுத்திவைக்கிறார். தம் கைவசமிருந்த படைப்பொன்றை திருத்தி எழுதிக்கொடுக்கும்படி துய்மா இப்புதிய நண்பரைக்கேட்கிறார். அவரும் திருத்திக்கொடுக்கிறார். அன்று தொடங்கிய இருவருக்குமான நட்பு 18 ஆண்டுகாலம் நீடிக்கிறது. பத்தொன்பதாம் நூற்றாண்டின் புகழ்பெற்ற 'நீக்ரோ'வாக மாறுகிறார். பிரெஞ்சு படைப்புலகில் 'Gostwriter' ஆக இருப்பவர்களுக்கு அதாவது நிழல்படைப்பாளிகளாக இருப்பவர்களுக்குப் பெயர் நீக்ரோ. இந்த நிழலை வெளிச்சத்திற்கு வந்திடாமல் கவனமாகப் பார்த்துக்கொண்டவர் அலெக்ஸாந்த்ரு துய்மா. ஒக்குய்ஸ்த் மக்கேக்குவுக்கு அவருக்குண்டான ஊதியத்தை கொடுக்க தொடக்கத்தில் ஒப்புக்கொண்ட துய்மா தவறியதால், பிரச்சினை நீதிமன்றத்திற்குபோகிறது. ஒகுய்ஸ்த் மக்கே தமது படைப்புக்கான ஊதியத்தை மட்டுமல்ல, படைப்புகளில் தமது பெயரும் இடம்பெறவேண்டுமென்று கோரிக்கை வைக்கிறார். நீதிமன்றம் துய்மா மக்கேவுக்குக் கொடுக்கவேண்டிய பணத்தை கடன்தொகையாக பார்த்ததே அன்றி படைப்பின் அடிப்படையில் செய்துகொண்ட ஒப்பந்த ஈட்டுத் தொகையாக பார்க்கத் தவறுகிறது. 145200 பிராங் மக்கேவுக்குத் துய்மா கொடுக்கவேண்டுமென தீர்ப்பு வழங்கியபோதிலும், படைப்புரிமைபற்றி நீதிமன்றம் கணக்கில் கொள்ளவில்லை என்பதைக் இங்கே குறிப்பிட்டாகவேண்டும். 1851ம் ஆண்டில் நடந்த வழக்கும் தீர்ப்பும் பிரெஞ்சு படைப்புலகிற்கு மிகப்பெரிய அவப்பெயரினை ஏற்படுத்தித் தந்ததென சொல்கிறார்கள்.

துய்மாவை விமர்சிப்பவர்கள் ஸ்க்ரீப்,லாபிஷ்(Scribe, Labiche)போன்ற படைப்பாளிகளை சுட்டிக்காட்டுகிறார்கள். ஸ்கிரிப் ஐநூறுக்கும் மேற்பட்ட நாடகங்களை எழுதியவர். தாம் தனித்து எழுதியதில்லை என ஒத்துக்கொண்டவர் பிற்காலத்தில் தமக்காக எழுதியவர்கள் பெயர்களை சுவற்றில் பொறித்துவைத்தார். லாபிஷ் என்ற நாடக ஆசிரியரும், தமது படைப்புக்குக் காரணமான நண்பர் மார்க் மிஷெல் அருகிலேயே தம்மை அடக்கம் செய்யவேண்டுமெனக் கேட்டுக்கொண்டவர்.

துய்மா தமது நிழல் எழுத்தாளருக்கு அவ்வாறான நன்றிக்கடன் ஆற்-றியதாக செய்திகளில்லை. மாறாக The Count of Monte Cristo, Twenty Years After என்ற இருநாவல்களையும் எழுதிய ஒகுய்ஸ்த் மக்கே என தமது கல்லறையில் எழுதிக்கொண்டு திருப்தி அடைந்தது-தான் அவர் கண்ட பலன்.

இம்மாதம் (பிப்ரவரி) பத்தாம் தேதி வெளிவந்துள்ள திரைப்படத்தின் பெயர் "L'autre Dumas" வேறொரு துய்மா. அலெக்ஸாந்த்ரு துய்மா-வின் மற்றொரு முகத்தை இத்திரைப்படம் அறிமுகப்படுத்தியிருக்கிறது. படத்தில் மேற்கண்ட பிரச்சினகளை எடுத்துக்கொண்டிருக்கிறார்கள். ஒருவகையில் இத்திரைப்படம் ஒகுய்ஸ்த் மக்கேவுக்கு செலுத்தப்படும் அஞ்சலியெனலாம். நடு நிலையாளர்களுக்கு ஆறுதலளிக்கும் வகையில் நேர்மையாக திரைக்கதை சொல்லப்பட்டிருக்கிறது. ஒகுய்ஸ்த் மக்கே பாத்திரம் துய்மாவுக்கு இணையாகச் சொல்லப்ட்டிருக்கிறது. இப்படத்-தினை முன்வைத்து பிரான்சு நாட்டு கறுப்பரின தலைவர் பத்ரிக் வொசே என்பவர் சில கேள்விகளை முன்வைக்கிறார். அவருக்கு அலெக்-ஸாந்த்ரு துய்மா பாத்திரத்தை ஒரு கறுப்பர் ஏற்று நடித்திருக்கவேண்டும், தலைமுடியை சுருள்சுருளாக மாற்றிக்கொள்வது மட்டும் போதாதென்பது அவர் கருத்து. காரணம் அலெக்ஸாந்த்ரு துய்மாவின் தந்தை கலப்பின ஆசாமி, ஹைத்தியையச் சேர்ந்த அடிமை. அவரது தாயாரும் ஒரு கறுப்-பின பெண்மணி, ஹைத்திநாட்டில் அடிமையாக இருந்தவள். துய்மா தமது வாழ்நாளில் இனவெறியினால் பாதிக்கப்பட்டதையும் இவர் நினை-வுகூர்கிறார். குறைந்தபட்சம் துய்மாவாக நடித்த நடிகருக்கு ஒப்பனை-யிலாவது அவர் கறுப்பரினத்தைச் சார்ந்தவரென்பதை காட்டியிருக்க-வேண்டுமென்கிறார். பிரெஞ்சு திரையுலகம் கவனமானதுதான், எப்படி தவறியிருப்பார்களென தெரியவில்லை. அவர்களுக்கு துய்மாவாக நடித்த ழெரார் தெபார்தியே கச்சிதமாக பாத்திரத்துக்குபொருந்துவது காரணமாக இருக்கலாம். எதிர்காலத்தில் பராக் ஓபாமாவாகவோ, மார்ட்டின் லூதர் கிங்காகவோ ஒரு வெள்ளையரை நடிக்க வைப்பார்களா அல்லது ஜூலியர் சீசராக ஒரு கருப்பரை நடிக்க வைப்பார்களா என்ற கறுப்பரி-னத் தலைவர் எழுப்பும் கேள்விகளும் நியாயமானவையே.

எனக்குப் பிரச்சினை, துய்மாவாக யார் நடித்தார்கள் என்பதல்ல? மக்கேவை ஏமாற்றிப்பிழைத்த துய்மாவின் சாமர்த்தியம். இன்றைக்கு எழுத்து பணி அல்ல பிறவற்றைப்போல ஒரு தொழில். தொழில்களின்

தலைவிதியை தொழிலாளர்கள் தீர்மானிப்பதல்ல பணமுதலீட்டார்கள் தீர்மானிக்கிறார்கள், பணம் தீர்மானிக்கிறது அது சார்ந்த கோட்பாடுகள் தீர்மானிக்கின்றன. முதலாளிய உற்பத்தி சமுதாயத்தில் இலாபத்தை அடைவதே குறிக்கோள் என்கிறபோது எல்லாதுறைகளையும் போலவே எழுத்துங்கூட தர்மம் அற்றுபோய்விட்டதென்கிற வருத்தம். புகழ் தரும் போதையும் சுகமும் எத்தனை பெரிய மனிதர்களையும் சிறுமைபடுத்-தக்கூடியதுதான், துய்மாவும் மனிதர்தானே? இதுதான் எதார்த்தம் என்ற வியாக்கியானமும் வலுசேர்க்க துணையிருக்கிறபோது யாரை இங்கே குற்றஞ்சொல்ல முடியும்?

9

மனுநீதிச் சோழனும் மரணதண்டனையும்

சிரமறுத்தல் வேந்தருக்கு பொழுதுபோக்கு மற்றவர்க்கோ உயிரின் வாதை" என்பது பாரதிதாசனின் வரி. இன்றைக்கு வேந்தர்களில்லை, அவர்களிடத்தில் தலிபான்கள், பேட்டை ரவுடிகள் அவர்களின் புர-வலர்களான அரசியல்வாதிகள் போக சிந்தனையிலும் பண்பாட்டிலும் வளர்ந்துள்ளதாக நம்பப்படும் நவீன உலகில் சில அரசாங்கங்களையும் சேர்த்துக்கொள்ளலாம். கொலைக்களத்திற்கு அழைத்துபோகப்படுபவர்கள் அனைவருமே குற்றவாளிகள் அல்ல. தவிர தண்டனையென்பது குற்-றவாளிக்கான நீதிசார்ந்தது அல்ல தண்டனை வழங்குபவருக்கான நீதி-சார்ந்தது. பல நேரங்களில் செய்த குற்றத்தைவிட செய்தவன் யார் என்ற அடிப்படையில் நீதி வழங்கப்படுகிறது. வாள்பிடித்தவன் நீதிபதி, எதிராளி ஆடு. நான்காண்டுகளுக்கொரு முறை மரண தண்டனை எதிர்ப்பாளர்-கள் மாநாடு கூட்டப்படுகின்றது. முதல் மாநாடு 2001ல் பிரான்சு நாட்-டில் ஸ்ட்ராஸ்பூர் நகரில் கூடியது. அடுத்த மாநாட்டினை கனடாவில் மோரியால் நகரில் கூட்டினர். மூன்றாவது மாநாடு மீண்டும் பிரான்சு நாட்டில் பாரீஸ் நகரில் கூடியது. இப்போது நான்காம் முறையாக இம்-மாதம் (பிப்ரவரி 24,25,26) சுவிஸ் நாட்டில் ஜெனிவா நகரில் கூடியுள்-ளது. கடந்த முறை பிரான்சு நாட்டின் அப்போதைய அதிபர் சிராக்கின் ஆதரவுடன் கூட்டப்பட்ட மாநாட்டில் உலகெங்குமிருந்து சுமார் ஆயிரம்-பேர் அரசு மற்றும் அரசுசாரா அமைப்பு நிறுவனங்கள் சார்பில் கலந்து

கொண்டதாகச் சொல்லப்படுகிறது. நான்கு ஆண்டுகளுக்கு ஒருமுறை ஒரு நாட்டின் செயல்பாடுகளை, அரசியல்களை தீர்மானிக்கவல்ல சூத்ரதாரிகளை மாநாட்டில் பங்கெடுக்கச் சொல்வதன்மூலம் அந்நாடுகளின் அரசியற் சட்டங்களிலிருந்து மரணதண்டனையை ஒழிக்க இயலுமென சமூக ஆர்வலர்கள் நினைக்கிறார்கள்.

அமெரிக்கா, சீனா, ஈரான் ஆகிய மூன்று நாடுகளுக்குள்ளும் அரசியல்சட்டத்தின் உதவியோடு நடத்தும் சிரமறுத்தலில் ஒற்றுமை இருக்கிறது. உலகில் குற்றவியல் தண்டனைச் சட்டத்தின் கீழ் 98 விழுக்காடு மரண தண்டனைகளை இம்மூன்று நாடுகளும் நிறைவேற்றுகின்றன. ஜனநாயகத்தைப் பேணுவதாக நம்பப்படும் அமெரிக்காவில் வெள்ளையரை காட்டிலும் பிறருக்கு(அவர் கறுப்பரோ ஆசியரோ) மரணத் தண்டனை விதிக்கப்படுவதற்கான சாத்தியங்கள் அதிகம். அமெரிக்காவில் குற்றவாளிகளாகக் கருதி தீர்ப்பு வழங்கப்பட்டவர்களில் ஏழு சதவீத்தினர் மறு விசாரணையில் அப்பாவிகளென தெரியவந்திருக்கிறது. மீதமுள்ள 93 சதவீத்தினரில் 20 சதவீத்தினரே மரண தண்டனைக்குறிய குற்றவிதிகளுக்குப் பொருந்துகிறார்கள் எனப்பார்க்கிறபோது இப்பிரச்சினையிலுள்ள விபரீதம் தெரியவரும். மனிதகுல பிரச்சினைகளுக்கு மார்க்ஸியமே தீர்வு என்று நம்பியகாலங்களிலும் சரி இன்றைக்குப் படுத்த படுக்கையிலிருக்கும் மார்க்ஸியத்தைத் தேற்ற, தனியுடைமையை ஓடதமாக ஊட்டுகிற நவீன சோஷலிஸ சீனர்களுக்குஞ் சரி சுதந்திரம் என்ற சொல் கொடுங்கனவு. மார்க்ஸிய தோழர்களான சீனர்களின் சிந்தனையில் இன்று சிவப்பில்லை, மாறாக கைகள் என்றும்போல சிவப்பானவை. உயிரைக் குடித்து சிவந்தவை, மரண தண்டனை விதிப்பதில் ஆர்வம் அதிகம். அரசாங்கத் தரப்பில் வருடத்திற்கு ஆயிரமென்று நேர்த்திக்கடன் செலுத்துவதாகத் தெரிகிறது. இணைய தளங்களில் உள்ள தகவல்கள் வருடத்திற்கு 7000மென்று தெரிவிக்கின்றன. சீனர்களை அறிந்தவர்களுக்கு இந்த எண்ணிக்கை வேறுபாட்டில் வியப்புகளில்லை. ஈரான் நாட்டிலும் ஆண்டு தோறும் 300லிருந்தோ 400பேர்கள்வரை கல்லால் அடித்தோ, தூக்கிலிடப்பட்டோ கொல்லப்படுகிறார்களெனச் சொல்லப்படுகிறது. பத்தொன்பது வயது, பதினாறு வயதென்றுள்ள பெண்கள்கூட பாலியல் குற்றச்சாட்டின்பேரில் கொல்லப்படுகிறார்கள். இங்கும் உத்தியோகபூர்வமாக தெரிவிக்கப்படும் எண்ணிக்கைக்கும் உலக மனிதர் ஆணையம் வெளியிடும் தகவல்-

களுக்கும் மலைக்கு மடுவுக்குமான பேதங்கள் உள்ளன. சிறுவயதினரின் தவறுகளுக்கு மரணதண்டனையை தீர்ப்பாக வழங்கிய பின்னர் தண்-டனையை நிறைவேற்ற பதினெட்டுவயது ஆகவேண்டுமென மரனத்தின் வாசலில் அவர்களை நிறுத்திவைப்பது ஆகக் கொடுமை. அண்மை-யில் எதிர்கட்சி ஆதரவாளர்கள் பலருக்கு ஈரான் அரசாங்கம் தூக்குத் தண்டனை வழங்கியது. பொதுவாக மரணதண்டனைக்கான குற்றச்-சாட்டுகளில் நியாயமிருப்பதுபோல தோற்றம் உருவாக்கப்பட்டிருப்பினும், கணிசமான வழக்குகளில் உண்மைக்கு எவ்வித உத்தரவாதமுமில்லை. அமெரிக்க நாட்டில் மரணதண்டனைக்கான வாய்ப்பு கறுப்பரினத்திற்கு அதிகம் அவ்வாறே ஈரானிலும், சீனாவிலும் ஆட்சியாளர்களை விமர்-சிப்பவர்கள் தூக்கிலிடப்படுவார்கள் அல்லது விஷ ஊசியால் சாகடிக்-கப்படுவார்களென்பதும் உண்மை. ஈரானிலும் சீனாவிலும் குற்றவாளிகள் தங்கள் தரப்பு நியாயங்களைச் சொல்லக்கூட அனுமதிக்கபடுவதில்லை, வழக்கறிஞர்கள் உதவிக"ளையெல்லாம் அவர்கள் கேட்டு பெறமுடியாது.

கடந்த காலங்களில் பிரெஞ்சுப் புரட்சி அரசியல் எதிரிகளின் தலை-களை கொய்திருக்கிறது. தொடர்கொலைகள் புரிந்தவர்கள் மாத்திரமல்ல குற்றமற்ற அப்பாவிகளையும் கொன்றிருக்கிறார்கள். இதை அடிப்படை-யாகக்கொண்டு பல நாவல்களும் புனைவுகளும் பிரெஞ்சு மொழியில் வந்திருக்கின்றன. அந்நியன் கதைநாயகன் தமது நண்பனுக்கு உதவப்-போய், மரணத்தண்டனை பெறுவான். இன்றைக்குப் பிரான்சு நாட்டின் நிலைமை வேறு, மரண தண்டனையை 1981லிருந்து முற்றாக ஒழித்-திருக்கிறார்கள். இந்தியாவில் மரண தண்டனைகள் அதிகம் விதிக்கப்-படுவதில்லை மிக அரிதாகத்தான் நிறைவேற்றபடுகின்றன எனக்கூறிய-போதிலும் அப்பணியைச் சமூக குற்றவாளிகளும் காவல் துறையினரும் செய்வது பலரும் அறிந்த செய்தி.ஒருமுறை இந்தியாவிற்கு பிரெஞ்சு நண்பர் ஒருவருடன் வந்திருந்தேன். வழக்கறிஞராக இருந்த ஒரு நண்-பரைத் தேடி சென்னை உயர் நீதிமன்றத்திற்குச் சென்றோம். அங்கி-ருந்த மனுநீதிச் சோழன் சிலை குறித்து விசாரிக்க, நீதி விஷயத்தில் சோழனுக்கென்று புனைந்தோதப்பட்ட நேர்மையை விளக்கிக் கூறினேன். நண்பர் சிரித்தார். இருபது ஆண்டுகால நண்பர், நானிருக்கும் நகரில் ஒவ்வொரு மாதமும் கடைசி வியாழக்கிழமைகூடும் தத்துவவாதிகளின் உரையைக் கேட்க அவரும் வருவார், அப்படித்தான் எங்கள் நட்பு வளர்ந்தது. இப்போது மரணதண்டனை எதிர்ப்பாளர்கள் அணியில் தீவிர

உறுப்பினர். கன்றிற்காக சோழன் தனது மகனைக் கொன்ற கதையின் தீர்ப்பில் உடன்பாடில்லை என்பதுபோல அல்பெர் கமுய் வார்த்தையில் அதை Absurdism என வர்ணித்தார். எங்கள் தமிழர் வாழ்க்கை இது போன்ற கற்பனை குறியீடுகளால் ஆனதென்ற உண்மையை சொல்ல வெட்கப்பட்டு எனக்கும் சிரித்து மழுப்பவேண்டியிருந்தது.

10

ஒரு 'போ' (Po) மொழியின் கதை

அந்தமான் நிக்கோபார் தீவுகளி சேர்ந்த போவா(Poa) இனத்து முதி-யவள் அப்பெண்மணி. மரணம் கதவைத் தட்டிக்கொண்டிருந்த நேரம். பிறரிடம் கதைக்க அவரிடம் சொற்கள் இருந்தன, கேட்பதற்கும், புரிந்-துகொள்ளவும் காதுகளும், மொழிஞானமும் உள்ளவர்களில்லை. எத்-தனை நாட்களுக்குத் தற்கூற்றுமொழியில் தனக்குத்தானே அல்லது சூன்-யத்துடன் கதையாடமுடியும். தமது பால்ய வயது அனுபவங்களையும், தாமறிந்த கதைகளையும் இவரது 'போ' மொழியில் புரிந்துகொள்ளவல்ல ஒரே மனித உயிராகவும் துணையாகவுமிருந்த அவரது அன்னை இறந்து 30 ஆண்டுகள் ஆகியிருக்கின்றன. அன்று தொடங்கி கடந்த 30 ஆண்டுகளாக ஒவ்வொரு நாளும் பொழுதை இயற்கையோடு கழித்த-வராம்: பறவைகளும் விலங்குகளும் தமது மூதாதையர் மொழிகளை அறிந்தவைகள் என்ற வகையில் அவற்றுடன் நேரம் கிடைக்கும்போ-தெல்லாம் உரையாடிவருவாராம்.

கடந்த மாதம் முதல் வாரத்தில் 85வது வயதான அம்மூதாட்டி இறந்-துபோனாள். அவளோடு இந்திய துணைக்கண்டத்தில் பேசப்பட்டுவந்த மிகப்பழமையான மொழிகளில் ஒன்றும் ஒப்பாரிக்கு ஆளின்றி புதைக்க-பட்டுவிட்டதாகச் சொல்கிறார்கள். சொற்கள் உலகை நமக்கு புரியவைக்-

கின்றன. சொற்கள் கட்டமைக்கும் உலகமென்பது எல்லகளற்ற பரந்த வெளி, பேரண்டம். ஒவ்வொரு மொழியும் தமது சொற்களுக்கென தனித்துவத்தைக் கூர்தீட்டிவைத்திருக்கிறது. சொல்லின் புரிதல் அகராதிகளால் தீர்மானிக்கப்படுவதல்ல, அதற்கும் அப்பாற்பட்டது. எண்பத்தைந்து வயது போவா பெண்மணியோடு 'அவளுடைய மொழிமாத்திரமல்ல, அம்மொழிகொண்டிருந்த அறிவுத் திரட்சியும் - வரலாறு, பண்பாடு, சடங்குகள், மரபுகளென்ற பிற விழுமியங்களும் காற்றில் கலந்தன. போவா பெண்மணிக்கு அந்தமான் நிக்கோபார் தீவுகளிலுள்ள பல்வேறு வகையானத் தாவரங்களின் பெயர்கள் மனப்பாடமாகத் தெரியுமாம், வேறு மொழிகளில் மூங்கிலுக்கு அவ்வளவு பெயர்களில்லை என்கிறார்கள். ஆக ஒரு மொழியின் இழப்பென்பது பண்பாட்டின் இழப்பு மாத்திரமல்ல பல நேரங்களில் இயற்கையையும் அதன் கூறுகளைப்பற்றிய ஞானத்தையும் தன்னகத்தே கொண்ட இழப்பு. .

அந்தமான் நிக்கோபார் தீவு மொழிக்குடும்பத்தைச் சேர்ந்த ஆறுமொழிகளுள் போவாமக்களின் போ(Po) மொழியுமொன்று என்கிறார்கள். கடந்த நூற்றாண்டில் ஏறக்குறைய 5000பேர்கள் பேசிவந்த மொழி. உலகில் அதிகமொழிகளைக் கொண்ட நாடுகளில் இந்தியாவும் ஒன்று. ஐக்கியநாட்டு சபையின் கல்வி, அறிவியல், பண்பாட்டு அமைப்பு அண்மையில் வெளியிட்ட அறிக்கையின்படி இந்தியாவிலிலுள்ள மொத்த மொழிகளின் எண்ணிக்கை 1635, அவற்றுள் 37 மொழிகளை ஆயிரத்திற்கும் குறைவானபேர் உபயோகிக்கின்றனர். இந்தியாவிலுள்ள மொழிகளுள் 196 மொழிகள் வெகுவிரைவில் அழிந்துபோகுமென்றும் யுனெஸ்கோ அறிக்கை தெரிவிக்கிறது(1). இந்திய அரசியல் சட்டம் 22 பிரதான மொழிகளை அரசு மொழியாக ஏற்றுக்கொண்டிருந்தபோதிலும் நாடு தழுவிய மொழிகளாக ஆங்கிலமும், இந்தியும் இருக்கின்றன. அந்தமான் நிக்கோபார் தீவுகளிலும் உள்ள 85 விழுக்காடு மக்களுக்கு இந்தி தாய் மொழி அல்ல, இந்தியாவின் பல மாநிலங்களிலிருந்தும் குடியேறிவசித்துவரும் அவர்களுக்கு இன்று இந்திதான் பிரதான மொழி. வளர்ந்த மொழிகளான தமிழ், தெலுங்கு, குஜராத்தி, மலையாளம் இன்ன பிற மொழிகள் இந்திக்காகத் தம்மை அங்கே அழித்துக்கொண்ட பிறகு ஆதரவற்ற 'போ'மொழி இத்தனை நாள் நீடித்ததே கூட வியத்தலுக்குரியது. தனிமனிதன், அவன் சார்ந்த சமூகம், அரசு இம்மூவரும் மொழியின்பால் அக்கறைகொண்டவர்களாக இருக்கவேண்டும். இந்திய

மைய அரசைப்பொறுத்தவரை மாநிலத்திலுள்ள மொழிகளுக்கு ஆதர-வாக எடுக்கும் எந்த முடிவும் இந்திய ஸ்திரத் தன்மைக்கு எதிராக முடி-யுமென்ற உண்மையை அவர்கள் அறியாதவர்களல்ல. தவிர குஜராத்-திகளும், பஞ்சாபிகளும், இராஜஸ்தானியர்களும், பீகாரிகளும் தங்கள் மொழியிடத்தில் இந்தியை ஏற்றுக்கொண்டபிறகு, பிறருக்கு ஒரு நீதியெ-னில் எப்படி? ஆக பிறமொழிகளைப்போலவே தமிழின் தலையெழுத்து தமிழ்நாடு அரசு மற்றும் தமிழர்களைச் சார்ந்தது. இதில் பல சிக்கல்கள் இருக்கின்றன. இலத்தீன் அமெரிக்கநாடுகளில் போர்ச்சுகீஸ், ஸ்பானிஷ் மொழிகளும். ஆப்ரிக்க நாடுகள் மற்றும் இந்தியத் துணைக்கண்டத்-தில் பிரெஞ்சும் ஆங்கிலமும் எஜமானர்கள். எங்கள் கிராமத்தில் பண்-ணைகளில் வேலைசெய்தவர்களிற் பலர் பின்னாட்களில் சென்னைக்-குச் சென்று துறைமுகத்திலும், கொத்தவால் சாவடியிலும் வேலைபார்த்து பொங்கலுக்கும் ஊர் திருவிழாவுக்கும் கிராமத்துக்கு வருவார்கள். கூட்-டுறவு வங்கிகளிலும், சில நேரங்களில் சென்னையிலுள்ள தங்கள் பண்-ணையாட்களிடமும் கடன்பட்டு வரப்பில் குடைபிடித்து நடக்கப்பழகிய ஒன்றைரை ஏக்கர் நிலக்கிழார்கள் ஜமீன்தார் மனோபாவத்துடன் தனது முன்னாள் பண்ணையாட்களை விசாரிப்பார். அந்த முன்னாளும் வேட்-டியும் சட்டையும் போட்டபின்பும், 'ஐயா ஏதோ உங்கள் புண்ணியத்துலே நல்லா இருக்கேன்', என்று கூறிவிட்டு கொத்தவால் சாவடியிலிருந்து கொண்டுவந்த வாழைப்பழதாரை கொடுத்துவிட்டு காலில்விழ, ஆசீர்-வாத கூத்தும் நடக்கும். காமன் வெல்த் நாடுகள் என்ற முத்திரையும், கிரிக்கெட் மட்டையை தூக்கிபிடிக்கிறபோதும், ஆங்கிலத்தைப் பேசுகிற-போதும் அதுதான் நடக்கிறது. மேதகு விக்டோரியா மகாராணிக்கு நாம் நிரந்தர அடிமைகள். ஆண்டானிடமிருந்து அடிமை விடுதலை பெறுவ-தும், முதலாளியியத்திடமிருந்து தொழிலாளியின் விடுதலையும், காலனிய ஆதிக்கத்திலிருந்து சுதந்திரமுமென அரசியல் விடுதலையைச் சந்திக்க முடிந்தது, ஆனால் பண்பாட்டு விடுதலை என்பது வேறு, அதற்கு விடு-தலைக்கான கதவுகள் அடைப்பட்டதுதான் ஒருபோதும் திறவாதவை. நமது வாழ்க்கை மேற்கத்திய ஏகாதிபத்தியத்தின் வணிகத் தந்திரங்களா-லானது என்றானபிறகு, மொழியில் தமிழராக நீடிப்பது எத்தனை தலை-முறைக்கு சாத்தியம்.

அந்தமான் தீவு போவாப் பெண்மணியின் உதாரணத்தை பிரான்சு நாட்டிலுள்ள மொரீஷியஸ் தமிழர்களின் வீட்டிலும் சந்திக்கிறேன். ஒவ்-

வொரு மொரீஷியர் தமிழர் வீட்டிலும் எழுபது அல்லது எண்பது வயதில் ஒரு முதியவரோ அல்லது மூதாட்டியோ இருப்பார்கள். அவர்களுக்கு தமிழ் வருமென்று சம்பந்தப்பட்டவர்களின் மகனோ மகளோ தெரிவிப்பார்கள். பிறகு திடிரென்று ஒருநாள் அந்த முதியவரையோ அல்லது மூதாட்டியையோ கைப்பிடித்து அழைத்து வருவார்கள். இருக்கின்ற மூன்று படிகளை ஏறிமேலேவர ஐந்து நிமிடமெனில், மூச்சிறைப்பு அடங்கி சுவாசம் தனதியல்புக்கு வர ஒரு ஐந்து நிமிடம்பிடிக்கும். அதற்குள் அவரது மகனோ மகளோ பேசு பேசு என்று அவசரப்படுத்துவார்கள். வெகுகாலமாக உபயோகமின்றிக் கிடந்த 'தமிழ்', காற்றும் உமிழ்நீருமாக கலந்து வரும்: 'வணக்கம்' என்பார், பதிலுக்கு 'வணக்கம்', என்பேன். 'பொண்டாட்டி எப்படி?' என்று அடுத்த கேள்விவரும், 'இதற்கு என்ன பதிலைச் சொல்வதென்று? தெரியாமல் நான் என் மனைவியைப் பார்க்க, அவள் புதுப்பெண்போல தலையைக் குனிந்துகொண்டிருப்பாள். நான் விழிப்பதைவைத்து, தமிழில் பேசி என்னை மடக்கிவிட்டதாக நினைத்து சந்தோஷத்துடன் புறப்பட்டுச் செல்வார்கள். அடுத்த சில மாதங்களில் அம்மொரீஷியரின் குடும்பத்தில் தமிழறிந்த அந்த ஒரு உறுப்பினர் இறந்திருப்பார். தமிழ்மொழியும் அவரோடு சேர்ந்து அக்குடும்பத்திலிருந்து விடுபட்டிருக்கும். இது பெரும்பாலான மொரீஷியஸ் தமிழ் குடும்பங்களின் நிலை. இன்றைய மொரீஷியர் தமிழரின் தமிழர் பண்பாடு்ன்பது நிறம், பெயர்கள், கடவுள் வழிபாடுகளில் மட்டுமே முடங்கிக்கிடக்கிறது, மொழி அடையாளமில்லை. தென் ஆப்ரிக்கா, இந்தியப் பெருங்கடலிலுள்ள தீவுகள் தமிழரிடத்திலும் எஞ்சியிருப்பது மேற்கூறப்பட்ட குறியீடுகள்தான். அதாவது பதினெட்டு மற்றும் பத்தொன்பதாம் நூற்றாண்டுகளில் தமிழ் மண்ணிலிருந்து விடுவித்துக் கொண்ட நமது மூதாதையர்களின் இன்றைய நிலைமை இது. ஒரு நூறாண்டுகாலம் கடந்ததென்றால் அரசியல் மற்றும் பொருளாதார காரணங்களை முன்னிட்டு புலம்பெயர்ந்துள்ள இலங்கை அல்லது இந்திய தமிழ்க்குடும்பங்களுக்கும் இதுதான் நேரும்.

தமிழர்கள் தமிழை மறக்காலிருக்க எனக்குத் தெரிந்த யோசனை, பேசாமல் தமிழை வரமளிக்கிற தேவதையாக மாற்றி, மாநாடுகளைக் கூட்டாமல் குடமுழுக்கு கும்பாபிஷேகத்திற்கு ஏற்பாடு செய்வது. நமது பொதுப்பண்பின்படி தீமிதித்தோ, தேர் இழுத்தோ, கிறிஸ்துவ சகோதரர்களெனில் தமிழ்பூஜை வைத்தோ மொழியை நாம் மறக்காமலிருக்க

இது உதவும். தமிழர்களின் நலன்கருதி இனமானத் தலைவர் வீரமணியும் கலைஞரிடம் இதைப் பக்குவமாக எடுத்துச்சொல்லவேண்டும், இப்போ- துள்ள சூழலில் அவரும் கேட்பார் போலத்தான் தெரிகிறது.

11

நமக்குள் உள்ள இன்னொருவன்

<hr>

இம்மாதம் பிரான்சு நாட்டில் உள்ளாட்சி நிர்வாகங்களுக்கான தேர்தல் நடக்கவிருக்கிறது. அதில் வால்-துவாஸ் பகுதியில் சோஷலிஸ்ட் கட்சி-யின் பிரதிநிதியாக தேர்தலில் நிற்பவர் அலி சுமரே. ஆளும் கட்சியான வலதுசாரிகள், அவரது பழைய வாழ்க்கையைத் தோண்டி எடுத்தார்கள். அலி சுமரேயின் எதிரணித் தலைவரான பிரான்ஸிஸ் தெலாத்ரு என்-பவர் ஆலி சுமரே அடிக்கடி சிறைக்கு போகுமொரு குற்றவாளியெனக் கூறியதோடு அவர் மீதுள்ள குற்றங்கள், பெற்ற தண்டனைகளென ஐந்து சம்பவங்களைப் பட்டியலிட்டார். பிரச்சினை விசுவரூபமெடுத்தது. சாட்-டப்பட்ட ஐந்து குற்றங்களில் ஒன்றுக்கு அலி சுமரே ஆறுமாத சிறை தண்டனைப் பெற்றிருப்பது தெரிய வந்தது. பத்தொன்பது வயதில் சக நண்பனொருவனுடன் சேர்ந்து செய்த திருட்டுக் குற்றத்திற்காக அத்தண்-டனையைப் பெற்றிருந்தார். மற்றொரு வழக்கு தமது கடமையைச்செய்ய-வந்த காவல் அதிகாரியைத் தடுத்தது பற்றியது. இவ்வழக்கில் இரண்டு-மாத சிறை விதிக்கபட்டிருந்தபோதிலும் மேல் முறையீடு செய்திருக்கிறார். இவை இரண்டைத் தவிர அலி சுமரே மீதான மற்ற குற்றசாட்டுகள் பொய்யானவையென தெரியவந்துள்ளன. முக்கியமாக ஆளும் வலது-சாரிகள் சொல்வதுபோல குற்றத்தை தொழில்படுத்திக்கொண்டவரல்ல. பிரான்சு நாட்டைப் பொருத்தவரை, குற்றவியல் சட்டத்தின்கீழ் தண்-டிக்கபட்டவர்கள் அரசு அலுவலங்களில் பணியாற்ற இயலாது ஆனால்

தேர்தலில் நிற்கத் தடையில்லை, அலி சுமரே தேர்தலில் நிற்பதற்கு பிரெஞ்சு அரசியல் சட்டத்தின்படி எல்லா உரிமையுமுண்டு. 1999ம் ஆண்டு செய்த குற்றத்திற்கு உரிய தண்டனையை அனுபவித்துவிட்-டார். கடந்த பத்து ஆண்டுகளாக திருந்தியும் வாழ்கிறார், இந்நிலையில் அவரைத் தொடர் குற்றவாளிபோலக் கருதி விமர்சிப்பது நாட்டின் நீதித்-துறையின் நடவடிக்கைகளுக்கு முற்றிலும் எதிரானதும், உள்நோக்கமும் கொண்டதென்பது அலி சுமரே தரப்பினரின் வாதம். எனினும் ஆளுங்-கட்சியால் எழுப்பப்பட்ட இப்பிரச்சினைக்கு எதிர்க்கட்சியினரான இடது சாரிகள் மாத்திரமின்றி நடுநிலையாளர்களும் தங்கள் எதிர்ப்பினை தெரி-வித்தனர். பெருஞ் சர்ச்சையானது. அலி சுமரே மீதான குற்றச்சாட்டிற்கு அவர் கறுப்பர் என்பதும் ஒரு காரணம் என்றார்கள், அதனாலேயே அவரது கசப்பான கடந்தகாலத்தின் ஒரு பகுதியை பொது விவாதத்திற்கு கொண்டுவந்ததாகப் பேச்சு. இதில் உண்மை இல்லாமலில்லை. அலி சுமரேவை விமர்சித்த ஆளுங்கட்சி தலைவரே வழக்கொன்றில் தண்டிக்-கபட்டிருக்கிறார். அடுத்த சில நாட்களில் ஆளுங்கட்சியின் பல தலை-வர்கள் குற்றவியல் வழக்குகளில் தண்டனைப் பெற்றிருப்பதை இடதுசாரி ஆதரவாளர்கள் ஆதாரங்களுடன் தொலைகாட்சி விவாதங்களின்போது தெரிவித்தனர். பாதிக்கப்பட்டவர் பொய்யான குற்றச்சாட்டுகளைக் கூறி தம்மை இழிவுபடுத்தியதாக எதிரணிதலைவர்மீது வழக்குத் தொடர்ந்தி-ருக்கிறார். இனி தண்டனைக் குற்றவாளிகளை தேர்தலில் நிற்க அனு-மதிக்கப்படக்கூடாது, அவர்களைத் தடை செய்யவேண்டுமென்று ஒரு சிலர் கோரிக்கை வைக்க, சட்ட அமைச்சர் அப்படியொரு சிந்தனையே சரியல்ல, வேட்பாளரைக் குறித்து மக்கள் வழங்கும் தீர்ப்பே பிரதானமா-னது என்று அறிவித்திருக்கிறார். ஒரு வழியாகப் பிரச்சினை முடிவுக்கு வந்தது. அண்மையில், சென்னையில் பொய்யான காவல்துறை அதிகா-ரியாக நடித்த பெண்மணியைப் பற்றிய செய்திகள் இடம்பெற்றன. தமிழ் தினசரிகளின் தலைப்புச்செய்திக்கு அவர் உரியவரல்ல என்பதுபோல அச்செய்திகள் இருந்தன. கடந்த காலத்தில் நடிகைகள் குறித்து தவறான செய்திகள் வெளியிட்டதற்காக ஆபாசமான மொழிகளால் பத்திரிகை-யாளர்கள் கண்டிக்கப்பட்டனர். இன்று வேறொரு செய்தி வேறொரு நீதி. நித்யானந்தாவுக்கு முதல் பக்கம் ஒதுக்கப்படுகிறது. நித்யானந்தாவும் பெண்மணியின் நடத்தையும் தமிழ்நாட்டையே பாழ்படுத்திவிட்டதுபோன்ற ஒரு மாயையை உருவாக்கியிருக்கிறார்கள். இந்த மஞ்சள் பத்திரிகை-

ளுக்கு வீடியோ காட்சிகளை வழங்கிய புண்ணியவானின் யோக்கியதைக் குறித்தும் கேள்விகள் இருக்கின்றன. சாமர்த்தியம் என்றதொரு வார்த்தை இப்போது எல்லாமொழியிலும் சிலாகிக்கப்படும் சொல். நித்யானந்தாவின் சாமர்த்தியத்தில் எங்கோ ஓட்டை விழுந்திருக்கிறது, அந்த ஓட்டையை அடைக்க எவ்வளவு நேரமாகும் 'இடறிவிழுந்தது, கரடிவித்தைக்காட்ட' என்று அறிவித்தால் முடிந்தது. தப்பும் வல்லமையுள்ள அத்தனைபேரும் உலகில் உத்தமர்கள். 'அகப்பட்டால் கள்ளன்' அவ்வளவுதான்.

1997ம் பிப்ரவரிமாதத்தில் ஆண்டு பிரான்சு நாட்டில் நடந்த ஒர் உண்மைச் சம்பவம்: அவரது பெயர் பிலிப் பெர், ஆனால் ரோஜர் மர்தென் என்ற பொய்யான பெயரில் சார்த்துவாஸ் என்றதொரு சிறிய நகரத்திற்கு வருகிறார். ஊராட்சி தலைவரையும் இதர நிர்வாகிகளையும் சந்திக்கிறார். அங்கு அதிவேகச்சாலையொன்று பாதி வேலை முடிந்த நிலையில் ஐந்து செ.மீ அளவுள்ள வண்டினத்தின் அழிவுக்குக் காரண- மாகிவிடுமென இயற்கை உபாசகர்கள் எதிர்க்க, கைவிடப்பட்டிருந்தது. தவிர 'லெமான்ஸ்' என்கிற நகரையும் 'தூர் என்கிற' நகரையும் இணைக்கிற அச்சாலையின் பணி முடியுமெனில் அப்பகுதி பொரு- ளாதார ரீதியில் நன்மைகள் பெற ஏதுவாகுமென்கிற எதிர்பார்ப்புமி- ருந்தது. அப்பணியை மீண்டும் எடுத்துச் செய்யவிருக்கும் பொதுப்ப- ணித் துறையின் அதிகாரி என்று சொல்லிக்கொண்டு ஒன்றியத்தின் தலைவரையும், பிற உறுப்பினர்களையும் பிலிப் பெர் ஏமாற்றுகிறார். ஊராட்சி தலைவரும், முக்கிய நிர்வாகிகளும் முழுக்க முழுக்க நம்புகி- றார்கள், சாலைபோடுவதற்கான எந்திரங்களும், பொருட்களும் ஊராட்- சியின் நிதிஆதாரத்தின் மூலம் பெறப்பட்டு வேலைகள் மும்முரமாக நடந்தன. வேலையற்றிருந்த அப்பகுதி மக்களுக்கு சாலைப்பணி அதற்- கான வாய்ப்பினையும் நல்கியது. ஊராட்சி நிர்வாகிகள் தொடங்கி, பொதுமக்கள்வரை அனைத்து தரப்பினரும் இம்மனிதரை தங்கள் பிர- தேசத்தைக் காக்கவந்த இரட்சகராக கருதினார்கள். ஒட்டுமொத்த மக்- களின் ஆதரவுடன் போடப்படுகிற சாலையென்பதால் பசுமைவாதிகளும் எதிர்த்துப் பலனில்லைலென்று ஒதுங்கிவிட்டார்கள். எல்லாம் நல்லபடி- யாக முடிந்தது. சாலை பொதுமக்கள் பயன்பாட்டிற்காக திறக்கவிருந்த நேரத்தில் முந்திக்கொண்டு சாலயை உபயோகித்த வாகனம் காவல்துறை வாகனம், வந்தார்கள். ஊராட்சிய தலைவரும் பிற நிர்வாகிகளும் வாய- டைத்துநிற்க பிலிப் பெர் ஓர் எத்தன் என்று கூறி கைது செய்தார்கள்,

வழக்கு நடந்தது, முடிவில் ஐந்தாண்டுகள் சிறை தண்டனை பெற்றார்.

சவியே ஜியானொலி(Xavier Gianolli), 1998 கான் திரைப்படவி-ழாவில் 'Interview' என்கிற குறும்படத்திற்காக தங்க ஒலை பரிசினை வென்றவர். எட்டாண்டுகளுக்குப் பிறகு 2006ல் வெளிவந்த 'When I was a singer' முழுநீளப்படமும் (Feature film) அமோக வரவேற்-பினைப் பெற்றது. இந்நிலையில் பிலிப் பெர் என்ற மனிதரும் செயலும் அவருக்கு ஏதோ ஒருவித செய்தியை உள்ளடக்கியதாக இருந்திருக்-கிறது. சிறையிலிருந்த பிலிப் பெரை இயக்குனர் முதன் முறையா-கச் சந்தித்திருக்கிறார். இப்படியொரு காரியத்தை ஏன் செய்யவேண்-டும், என்ன காரணமென இயக்குனர் கேட்ட கேள்விக்கு குற்றவாளியின் பதில், "முதன்முறையாக எனது வாழ்க்கையில், வேறொருவனாக இருந்-தேன்" என்பதாகும். இவ்வுண்மைச் சம்பவத்தினைக்கொண்டு அண்மை-யில் 'A l'Origine'- (கதையின்படி 'தூண்டுகோல்' என மொழிபெயர்க்-கலாம்) என்ற முழுநீளப்படம் திரைக்கு வந்தது. பிரான்சுவா க்ளூஸே, இம்மானுவேல் தெவொ இவர்களோடு நல்ல படங்களை தேர்வு செய்து நடிக்கின்ற 'ஜெரார் தெப்பார்தியெ' படத்தில் இருக்கிறார். அதிவேகச்சா-லைப் பணியினால் பயன்பெறும் நிறுவனங்கள் மேசைக்கடியில் நீட்டும் பணத்தைப் பெற்றுக்கொண்டு தலைமறைவாதற்குப் பதில் (குற்றவாளிக-ளெனில் காரியம் முடிந்ததும் அல்லது உண்மை வெளிப்பட்டதும் தலை-மறைவாகவேண்டும், என்பது விதி), எதிர்கொள்ளவிருக்கிற ஆபத்தை உணர்ந்தும் கதை நாயகன் அங்கேயே தங்குகிறான், கிடைத்த பணத்தை உலகமயமாக்கல் என்ற கோட்பாட்டின் விளைவாக அநாதையாகிப்-போன மனிதர்களுக்கும் பிறருக்கும் உதவுகிறான்.

படத்தின் இயக்குனர் சவியே ழியான்னொலி இத்திரைப்படத்தின் ஊடாக தனியொருவனின் அகப்பாட்டை பகுப்பாய்வு செய்கிருக்கிறார். அறநெறி பிறழ்வுகளில் சிக்கிக்கொள்ளாத மனிதர்களென்று எவரு-மில்லை சூழல்கள் பொருந்துமானால் பிறழ்வதும், வாய்ப்பு அமையுமா-னால் போதிக்கவும் செய்கிறான். எதிரெதிரான இவ்விரண்டு குணங்க-ளும் ஒவ்வொருவரிடமும் இருக்கின்றன. A l'Origine பட நாயகன் பிலிப் மில்லெர் எல்லா மனிதர்களையும் போலவே கபடதாரி. அவனுள் இருக்கும் இன்னொரு மனிதனாக சில கணங்களுக்கேனும் வாழவேண்-டிய நிர்ப்பந்தமிருக்கிறது. அலுவலகத்தில் பென்சில் திருடுவதும், வரு-மானவரித்துறையை ஏய்ப்பதும், ஆயிரம் கோடி திட்டம் என்கிறபோது

எனக்கோ கட்சிக்கோ நூறுகோடி கொடு எனப்பேரம்பேசுவதும் சம்பந்-
தப்பட்ட எந்த நபருக்கும் தண்டிக்கப்படவேண்டிய குற்றமல்ல. ஆனா-
லும் தனித்திருக்கிறபோது அவ்வப்போது இடித்துரைக்கும் அவனுளுள்ள
இன்னொரு மனிதனுடாத் தமது அறநெறி பிறழ்வுக்குத் தண்டனை
வழங்குகிறான், எந்தச் சமூத்தை ஏய்க்கிறானோ அதனிடமே இறைஞ்-
சுகிற ஒருவகையான மன்னிப்புக் கோரல் அது. அலுவலகத்திலிருந்து
பென்சில் எடுத்துவந்த கையோடு அடுத்துவீட்டு நாயை செல்லமாகக்
கொஞ்சுவது, வருமான வரி ஏய்ப்பு செய்வதற்குப் பரிகாரமாக திரைப்ப-
டத்தில் 'இந்திய தேசத்திற்காக' உயிரை விடுவது, கோடிகளை கையூட்-
டாக பெற்றுக்கொண்டதற்குப் பிராயச்சித்தமாக இலவசத் திட்டங்களை
அறிவிப்பது, ஏன் இதுபோன்று எழுதிக்கொண்டிருப்பதுகூட அந்தவகை-
யைச் சார்ந்தவைகளே. நாமெல்லோரும் இரு கோடுகளில் நம்பிக்கை
உள்ளவர்கள், அடுத்த கோடுடன் ஒப்பிடுகிறபொழுது என்னுடைய கோடு
சும்மா ...ஜுஜுபி ஆக நான் குற்றவாளியல்ல. அலி சுமரே, நித்யா-
னந்தா, பிலிப் பெர் இச்சமுகத்தின் பிரதிநிதிகள். மேலிருந்து குதித்தவர்-
கள்லல்ல. எல்லா மனிதர்களுக்குள்ளும் இருட்டு உள்ளது, ஓட்டைகள்
இருக்கின்றன. நான்கு பேர் என்ற சமூகத்தின் பார்வைக்கு வருகிற-
போது செய்த அல்லது செய்யும் குற்றங்களுக்கு நிவாரணம் தேடுகிறோம்,
அகத்திலுள்ள இருட்டுக்கு வெளிச்சம் வேண்டியிருக்கிறது

கொசுறு செய்தி: பிலிப் பெர் பொதுப்பணித் துறை அதிகாரியாக
நடித்து போட்ட சாலையை வல்லுனர்கள் தரமான சாலையென்றே அறி-
வித்திருந்தனர். எனினும் தவறான நபரால் போடப்பட்ட சாலை என்ற
காரணத்தினை முன் வைத்து அச்சாலையை முற்றாக அப்புறப்படுத்தி-
விட்டு, பொதுமக்களின் வற்புறுத்தலுக்கிணங்கி, மீண்டும் பல கோடிகளை
செலவிட்டு பிரெஞ்சு அரசாங்கம் சாலை அமைத்து கொடுத்திருக்கி-
றது. இச்செயலுக்காக ஐந்தாண்டுகள் சிறைவாசம் அனுபவித்துவிட்டு,
வெளியில் வந்த பிலிப் பெர், கடந்த வாரத்தில் சிந்தியா என்ற பெயர்-
கொண்ட சூறாவளியில் பாதிக்கபட்ட மக்களுக்கு உதவ வந்திருக்கிறே-
னென்று அரசாங்க வாகனத்தில் வந்திறங்க, இம்முறை அவரை அடை-
யாளம் கண்டு உடனே கைது செய்திருக்கிறார்கள்.

12

நம்மிலுள்ள அந்த ஒன்றிரண்டு பேருக்கு நன்றி

தனிதனென்பவன் சமுதாயமென்ற மனிதமந்தையில் ஓர் உயிரி. அவனது இயக்கத்தைத் தீர்மானிப்பதில் பிறகாரணிகளைப்போலவே சுயகாரணிக-ளும் இருக்கின்றன.பிறந்தவுடன் அழுவும், பிறந்த சில நாட்களில் சிரிக்க-வும் என்றிருந்த அவனது உயிரியல் சுதந்திரத்தில் பிறர் குறுக்கீடென்பது முதன்முதலாக அவனைப் பெற்றவள் ஊடாகத் தொடங்குகிறது. தாயின் முலைக்காம்பில் தமது வயிற்றுப்பசிக்கான நிவாரணம் இருக்கிறதென்-கிற முதற் புரிதலில் தனிமனிதனின் சுதந்திரம் நிறம் இழக்கிறது. சுதந்-திரத்திற்கான எதிரிகளை இருவகைப்படுத்தலாம்: ஆணைகள், சட்டம், விதிமுறைகள், அதிகாரம், ஏகாதிபத்தியம், முதலாளித்துவம், தலைமை, மூத்தவன், உயர்ந்தவனென்கிற எதிரணி அதிகார வகைமைகளால் தீர்-மானிக்கப்படுபவை என்பதொருவகை. அன்பு, பாசம், காதல், சமயம், உதவி, ஊதியமென்ற நட்பு அணி அதிகார வகைமைகளால் தீர்மா-னிக்கப்படுபவை பிறிதொருவகை. எஜமானர்கள் யாராயிருந்தாலென்ன சேவகத்திற்குப் பலனிருக்கவேண்டும். வைகுந்தத்திலோ, கைலாசத்திலோ ஓரிடம் கிடைப்பது உறுதியெனில் அன்ன சத்திரம் ஆயிரம் கட்ட-லாம். இதுபோன்ற உத்தரவாதங்களைக் கைய்யளித்தே பின்லாடன்க-ளுக்கும் நித்யானந்தாக்களுக்கும் தமதிருப்பை அவரவர் சீடர்களிடத்தில்

நியாயப்படுத்த முடிந்திருக்கிறது. மனிதனுக்கு நரகம் வேறெங்குமில்லை, இச் சமூகமே அல்லது பிறரே நரகம் என்கிறார் சார்த்ரு. நமது சுதந்-திரமென்பது பிறரால் தீர்மானிக்கப்படுவது. வீடு, பள்ளி, அலுவல-கம், நாடென்று நிறுவனங்கள் பிரம்பினை கையில் பிடித்தபடி நம்மை ஆட்டுவிக்கின்றன. சற்று கொச்சையாக சொல்வதெனில் நமது சுதந்-திர யாப்பு அடிமைச் சொற்கள் கொண்டு நிரப்பப்பட்டது. எஜமானர்-களுக்காக எதையும் செய்ய தயாரென்ற மன நிலை. இந்த எஜமான விசுவாசம் தொடக்கத்தில் குறிப்பிட்டதுபோன்று பசியறிந்து பாலூட்டுகிற தாயிடம் ஆரம்பித்து தமது எஜமானனை மேடையில் வைத்து விமர்சிப்-பதைத் தாங்கவொணாத அடிமையாகத் தம்மை முன்னிருத்திக்கொள்ளும் மனோபாவத்துடன் தொடர்கிறது.

சேவகமென்பது ஒருவகை போதைநிலை. காமம், மது, போதைம-ருந்து..ஆகியவற்றைப்போலவே, தனிமனிதனை மயக்கநிலையில்வைத்து காரியத்தைச் சாதிக்கிற பேரின்பமோ சிற்றின்பமோ ஏதோவொன்று. பிற-மனிதர்களைக்கொண்டு நமக்கு விருப்பமான காரியங்களை நிறைவேற்-றிக்கொள்வது எப்படி? கீழ்ப்படிதல் என்ற சொல்லை இயக்குவதற்கான வழிமுறைகள் என்ன? என்பது போன்ற எஜமான கேள்விகளுக்குப் பதில்கள் சேவகத்திலிருக்கின்றன. 'உத்தரவு இடுங்கள், காத்திருக்கிறேன் என்கிற மனப்பாங்கினை நேரடியாகவோ மறைமுகமாகவோ குறிப்பிட்ட-தொரு தேவையின் அடிப்படையில் சமூகம் தனிமனிதனிடம் திணிக்கி-றது. கட்டளையைப் பிறப்பிக்க பல நுண்மைகள் இருக்கின்றன. உரத்த குரல், தோற்றம், எழுத்தினாலான ஆணைகள் என்ற அப்பட்டியலில் கைஅசைவுகள், கண் அசைவுகள் ஆகியவற்றையும் கணக்கில் சேர்த்-துக்கொள்வோம். இப்பட்டியல் சாராத வேறொன்றும் இருக்கிறது. 'தான் செய்யும் பாதகத்திற்குத் தண்டனையில்லை, தன்னைப் பாதுகாக்க அண்-ணன் இருக்கிறார், தலைவர் இருக்கிறார், அதிகாரி இருக்கிறார் என்ற நம்பிக்கை தரும் கொழுப்பு.

ஏவல் என்ற சொல்லோடு தொடர்புடைய பிற மூன்று சொற்கள் அதிகாரம், கீழ்ப்படிதல், மறுப்பு. இச்சொற்களுக்கிடையேயான பந்த-மென்ன, பண்புகளென்ன என்றறியும் பொருட்டு ஓர் உளவியல் நிகழ்ச்-சியொன்றை அண்மையில் பிரெஞ்சு தொலைக்காட்சி யொன்று ஏற்பாடு செய்திருந்தது. இந்நிகழ்ச்சி 1963ம் ஆண்டு ஸ்டான்லி மில்கிராம் (Stanley Milgram) என்பவர் அமெரிக்காவில் மேற்கொண்ட உளவி-

யல் பரிசோதனையை ஆதாரமாகக் கொண்டது. நிகழ்ச்சியின் நோக்கம் அதிகாரத்திற்குள்ள பலத்தை அளவிடுவது. அதிகாரம் நமக்கு உத்தரவாதம் அளிக்குமெனில் அல்லது துணைவருமெனில் கொலை வாளினை எவரும் உயர்த்துவரென்ற உண்மை அச்சோதனையூடாக நிரூபணமாயிற்று. சுமார் ஐம்பது ஆண்டுகளுப்பிறகு 2010ல் பிரான்சு நாட்டில் ஒளிபரப்பப்பட்ட இந்நிகழ்ச்சி, தொலைகாட்சி ஊடகமும் ஒருவகையான எஜமானனென்றும், வெகுசனத்தின் மீதான அதன் அதிகாரபலமும் குறைத்துமதிப்பிடக்கூடியதல்ல என்பதை மெய்ப்பிக்கும் வகையில் அமைந்திருந்தது. நிகழ்ச்சியின் பெயர் 'jeu de la mort' அதாவது மரண விளையாட்டு. எல்லா நிகழ்ச்சியிலும் நடப்பதுபோலவே பொதுமக்களிலிருந்து போட்டியாளர்கள் தேர்வு செய்யப்பட்டனர். இருவர் பங்கேற்கும் இவ்விளையாட்டில் ஒருவர் வினா தொடுப்பவர், மற்றவர் பதிலிறுப்பவர். தவறான பதில் ஒவ்வொன்றுக்கும், கேள்வியாளருக்கு பதில்சொல்லும் நபரை மின்சாரம் பாய்ச்சித் தண்டிக்க உரிமையுண்டு. இப்போட்டிக்கென தேர்வு செய்யப்பட்டவர்களுக்கு இரண்டு உண்மைகள் மறைக்கப்பட்டிருந்தன: தொலைகாட்சி ஒளிபரப்புக்கென இந்நிகழ்ச்சி ஏற்பாடு செய்யபட்டிருப்பதென்றபோதிலும், அது மனிதர்மீது நடத்தப்படும் உளவியல் சோதனையை நோக்கமாகக்கொண்டதென்பது முதலாவது. பதில் சொல்வதற்காக சம்மதித்து போட்டியில்கலந்துகொண்டுள்ள நபர் நிஜத்தில் ஒரு தொழிமுறை நடிகரென்பது இரண்டாவது. நாடுமுழுக்க 80 நபர்களை அங்கொருவர் இங்கொருவரென தேர்வுசெய்து நேரடியாக ஒளிபரப்பவிருக்கிற விளையாட்டு நிகழ்ச்சியொன்றில் அவர்கள் கலந்துகொள்வதாக ஏற்பாட்டாளர்கள் நம்ப வைத்தனர். இந்நிகழ்ச்சிக்கென தேர்வு செய்யப்பட்ட 80 போட்டியாளர்களும் செய்யவேண்டியது, தமக்கு எதிரே அமர்ந்திருப்பவரிடம் கேள்விகள் கேட்பது. கேட்கின்ற கேள்விகளுக்குப் பதில் சொல்ல ஒருவர் பெயர் ழான்-போல் (தொழில்முறைநடிகர்), நிகழ்ச்சியைத் தொகுத்து வழங்க ஒரு தொகுப்பாளினி, அடுத்து வழக்கம்போல இந்நிகழ்ச்சிக்கும் பார்வையாளர்களுண்டு. கேள்வியாளர்கள் கேட்கின்ற கேள்விக்கு சரியான பதிலை ழான்-போல் கூறவேண்டும், தவறினால் 20 வால்ட்டிலிருந்து 460 வால்ட்வரையான மின்சாரத்தை படிப்படியாக கேள்வியாளர்கள் அவர் உடலில் பாய்ச்சுவார்கள். இதில் வியப்பு என்னவெனில் வந்திருந்த 80பேரும் அறிமுகமற்ற புதிய நபர்மீது காட்சிக்காக அதாவது தாங்கள் தொலைகாட்சியில் இடம்

பெறக் கிடைத்தவாய்ப்பிற்காக (உண்மையில் இந்நிகழ்ச்சியில் கலந்து-கொள்ள எந்த சன்மானமும் இல்லை) மின்சாரம் செலுத்த தயக்கமின்றி உடனே சம்மதித்தனர். அதுமட்டுமல்ல அவர்களில் 64பேர் முதலில் தயங்கியபோதிலும், நிகழ்ச்சி தொகுப்பாளினி செலுத்தலாம் விளைவுக்கு நாங்கள் பொறுப்பு என்று உருதியளித்ததும் 460வால்ட் கணிசமான மின்சாரத்தை (மூர்ன்-போல் இறக்கக்கூடும் என்று தெரிந்தும்) சங்க-டமின்றி பாய்ச்சினர். இடைக்கிடை கத்தி கூச்சலிட்டு துடித்த நடிக-ரின் அபயக்குரல் அவர்களிடத்தில் எவ்வித பாதிப்பினையும் ஏற்படுத்-தவில்லை. இச்சோதனைமூலம் தெரிந்துகொண்ட உண்மைகள்: நம்மில் அறுதிப் பெரும்பான்மையோர் அதிகாரத்திற்கு வளைந்துகொடுக்கிறவர்-கள் என்பதும், அதிகாரத்தின் ஆதரவு உண்டெனில் எவரையும் கொல்ல தயாராக இருக்கிறவர்களென்பதுமாகும்.

எஜமான மனங்களைக் காட்டிலிலும் சேவகமனங்கள் ஆபத்தானது. தமக்கு மேலாக ஒருவனை எஜமானனாகக் கற்பித்து அவன் ஏவல்-களுக்குக் கேள்வியின்றி அடிபணிவதும், எத்தகைய வன்கொடுமை-யையும் செய்யத்தயாராக இருப்பதும் சேவகமனத்திற்குரியது. எல்லோர்க்-கும் நன்றாம் பணிதல், அடக்கம் அமரருள் உய்க்கும் என்றெல்லாம் போதித்து, நம்மைச்சுற்றியுள்ளவர்களை ஏவலாட்களாக நிறுத்தும் விழைவு பெரும்பாலான மனிதர்களுக்கு இருக்கிறது. இவர்கள் போதிக்-கும் அடக்கம் யாருக்கென்று யோசித்துப் பாருங்கள் முதலாளி என்றால் தொழிலாளிக்கு, கணவன் என்றால் மனைவிக்கு, ஆசிரியர் என்றால் மாணவனுக்கு, தலைவனென்றால் தொண்டனுக்கு, ஆணென்றால் பெண்ணுக்கு, ஏகாதிபத்தியமென்றால் காலனி நாடுகளுக்கு, வல்லரசுகள் என்றால் ஏழை நாடுகளுக்கு. அடக்கத்தை எதிர்பார்க்கிறவர்கள் தங்-களை மேலாக நினைத்துக்கொள்பவர்கள் அல்லது சமூக அமைப்பின் காரணமாகவோ, உயிரியல் சார்ந்தோ தங்களை மேலாக நிறுவிக்கொள்-கிறவர்கள். அடக்கம் என்ற சொல்லுக்கு அகராதியில் பொருள் தேடி-னால் அதன் பின்னே பணிவு, கீழ்ப்படிதல் என்ற சொற்கள் வருகின்றன. கீழ்ப்படிபவர்கள் தங்கள் எஜமானர்களுக்கு விசுவாசமென்ற பெயரில் தம்மை முற்றாக ஒப்படைக்கிறபோது, அதன் விளைவாகப 'பிறர்' மட்-டுமல்ல, கீழ்ப்படிகிற வர்களுக்கும் நேரும் சேதங்கள் அதிகம். துரோணர் ஏகலைவனின் கட்டை விரலை வாங்கியதும், கணவனைப் பரத்தைகள் வீட்டுக்கு சுமந்து சென்ற கதைகளும் மேற்குறிப்பிட்ட எஜமானர்களின்

வக்கிர மனங்கள் வேண்டுகிற அடக்கப் பண்பினை நியாயப்படுத்துபவை-
தான்.

இத்தொலைகாட்சி உளவியல் பரிசோதனையில் கேள்வியாளர்களா-
கக் கலந்து கொண்டவர்களில் 'என்னால் தொடர்ந்து மின்சாரம் பாய்ச்ச
முடியாதென' அதிகார உத்தரவாதத்திற்கெதிராக தங்கள் மறுப்பினைத்
தெரிவித்த பதினாறுபேர் எனது கவனத்தைப் பெற்றனர். மானுட அறம்
இச்சிறுகூட்டத்தால்தான் காக்கப்படுகிறதென நம்புகிறேன். வயிறு
பிழைக்க அல்லது உயிர்வாழ பலநேரங்களில் பெரும்பாலோருக்கு 'கீழ்ப்-
படிதல்' ஒரு சந்தர்ப்ப சடங்கு. ஆனால் மானுடத்தைக் காக்க, ஒன்-
றிரண்டுபேருக்கு அதிகாரத்தை மறுத்தல்('முரண்கள்', 'ஒத்துழையாமை',
போராட்டம்...) ஓர் அறப் பண்பு. காந்திபோன்ற மகாமனிதர்களால் மட்-
டுமல்ல, தினன்மென் சதுக்கத்தில் டாங்கியை வழிமறித்த கணத்தில்
விஸ்வரூபமெடுத்த அந்த முகமற்ற மனிதனைப்போன்றவர்களாலும்*
இவ்வுலகம் மேன்மையுறுகிறது. நம்மிலுள்ள அந்த ஒன்றிரண்டு பேருக்கு
நன்றி.

13

திருமுகத்து அழகு சிறுநகை

உங்களுக்கு எத்தனைவகை நகை தெரியும், தமிழ் இலக்கியங்கள் சொல்லும் நகை வேறு. ஐயன் வள்ளுவன் 'இலமென்று அசைஇ இருப்-பாரை காணின், நிலமென்னும் நல்லாள் நகும்- ஏளனம் செய்யும்', என்று சொல்வான், அவன் சொல்கிற நகைக்கு கடுநகையென்று பெயர். அறுபதுகளில் வெளிவந்த திரைப்படங்களில் வீரப்பாவும், நம்பியாரும், பெருஞ்சிரிப்புடன் நமது தாய்க்குலத்தின் சாபத்தை வாங்கிக் கட்டிக்-கொண்டது இக்கடுஞ்சிரிப்பின்பாற்பட்டதுதான். இருண்டவீட்டில் பாரதி-தாசன் சொல்வது 'பிணம் சிரிப்பதுபோல பெரிதும் சிரித்தான்'. உவந்த உள்ளத்திலிருந்து வெளிப்படும் நகை ஒன்றிருக்கிறது, அது எம்ஜிஆர் முகத்தில் காண்கிற புன்சிரிப்பு. காதல் வயப்பட்ட சிவாஜி, கண்கள் ஒளிர வசனம் பேசும்போதும் முகத்தில் காணும் மந்தகாசம் இருக்கிறதே அதுகூட நகை சார்ந்ததுதான்.

பொதுபுத்தியின் மொழியில் அவற்றுக்கெல்லாம் புன்னகை என்று பெயர். விலங்குகள் சிரிப்பதில்லை, அழுவதுமில்லை. புலன் உணர்-வுகளை மனிதர்களைப்போல துல்லியமாக வெளிப்படுத்தும் ஆற்றலும் அவைகளுக்கில்லை. சந்தோஷத்தின் ஊடகமாக கருதப்படும் சிரிப்பும் புன்னகையும் இருவேறு வடிவங்கள், இருவேறு இனங்கள். அவற்றின் கர்த்தாக்களைப் பொறுத்தும், காரணங்களைப் பொறுத்தும் இனப் பாகு-பாடுகளுண்டு. புன்னகையின் பல்வேறு வடிவங்களான சிறுநகை,

இளநகை, குறுநகை, மென்னகை, முகிழ்நகை அனைத்துமே பிறரை புண்படுத்தாத நகைகள்-அணிகலன்கள். அவற்றின் பெருமையை உணர்ந்தே மழலைகளுக்கும், இளம்பெண்களுக்கும் அதற்கான சிறப்புரிமையை வழங்கி இருக்கவேண்டும். பொதுவாக இவை உணர்வோடு சம்பந்தபட்டவை. புன் முறுவலுக்கு முதலீடுகளில்லை, மனம் இணங்கவேண்டும், அடுத்தவர்க்கு வழங்கி நாமும் இன்புறலாம். கள்ளர் பயமோ, உயிருக்கு அபாயமோ புன்னகைக்கு இல்லை. வேறு சில நகைகளையும் நாமறிவோம் துடைப்ப கட்டைகளுக்கு பட்டுகுஞ்சலம்போல உதவுகிற தங்க நகைகள். அவைகளின் உடன்பிறப்புகளாக வெள்ளிநகை, வைரநகை, பிளாட்டின நகை என்கிற வரிசை இருக்கிறது, இரத்தத்தின் இரத்தமாக அடகு நகை, இரவல்நகை போக கொஞ்சகாலமாக அட்சய திரிதியை நகை. வி.ஐ.பிகளின் புன்னகைக்கும், நடிகைகளின் மென்னகைக்கும் தமிழ் தினசரிகள் இடங்கொடுக்கின்றன, ஆனால் மற்றவர்கள் தினசரியில் இடம்பெறுவதென்றால் தங்க நகைகள் சிபாரிசு வேண்டியிருக்கிறது.

'இளநகைக் காணச் செல்வேன்', என திருவருட்பாவில் சொல்லப்படும் நகையும், 'குறுநகையில் நந்தி மகிழ் கொள்ள' என்று தணிகைப் புராணத்தில் வருகிற நகையும், "திருமுகத்து அழகுறு சிறுநகை", என திருவாசகத்தில் வருகிற நகையும், 'முளையோ முறுவன் முகிழ்த்த சின்னகை"யென பெருங்கதையில் கொண்டாடப்படுகிற நகையும், 'முள் எயிறு இலங்கு முகிழ்நகை' எனப் புறப்பொருள் வெண்பாமாலை சுட்டுகிற நகையும் ஒத்தக் பொருள்கொண்டவைகளே. புன்சிரிப்பன்றி, குஞ்சிரிப்பு, செல்ல சிரிப்பு, நமட்டு சிரிப்பு என்றெல்லாங்கூட தமிழில் வழக்கிலுண்டு. 'குனித்த புருவமும் குமிண்சிரிப்பு'மென்கிற, தேவாரப் பாடலையும் அறிந்திருக்கிறோம். மெய்த் திருப்பதம் மேவு' என்ற போதினும்/'இத் திருத் துறந்து ஏகு' என்ற போதினும்/சித்திரத்தின் அலர்ந்த செந்தாமரை/ஒத்திருக்கும் முகத்தினை உன்னுவாள் சீதை. கொடுத்தபோதும் சரி, கொடுக்காதபோதும் சரி, ராமனுக்கு எப்போதும் ஒருமுகந்தான். வெளியிலிருந்து ஆதரவு தருகிறேனென்று கோபித்துக்கொண்டு காட்டுக்குபோனவனல்ல, திருமுகத்து அழகுறு சிறுநகையென திருவாசகம் சொல்வதுபோல தனது வழமையான சித்திரத்தை ஒத்த செந்தாமரை முகத்துடன் சென்றவன் அவன். முத்தனைய பற்கள் சிறிதே தோன்ற முறுவலிக்கும் மொய்குழலினாள் முறுவல் இராமன் நெஞ்சில் நிறைந்து

கிடந்த பிராட்டியைக்குறித்து கம்பன் தரும் சித்திரம்.

முதியவர்களின் பொக்கைவாய் சிரிப்பும் அலாதியானதுதான். இரு-நாட்டுத் தலைவர்கள் சந்திக்கிறபோது பத்திரிகையாளர்களுளின் நிழற்ப-டத்திற்காக கைகொடுத்தபடி நிற்பார்கள், இருவருக்குமான பரஸ்பர நம்-பிக்கையை தங்கள் புன்னகை மூலம் தெரிவிக்கிறார்களாம். நீங்கள் கொஞ்சம் ஆழமாக கவனித்தால் ஓர் உண்மை புரியும் விருந்தினராக வந்த தலைவரின் உதடுகள் கூடுதாலாக பக்கவாட்டில் இழுபட்டிருக்கும். தமிழ் நாட்டில் கூட்டணி பேச்சுவார்த்தையின் முடிவில் பெரிய கட்சிக-ளின் தலைவர்கள் புன்னகை என்பது நமட்டுச் சிரிப்பென்றால், கொடுத்த தொகுதிக்குத் தலையாட்டிவிட்டு உதிரிகள் சிந்தும் புன்னகைக்கு குமட்டு சிரிப்பென்று பெயர்வைக்கலாம். புன்சிரிப்புக்கு மழலைகள் சிறந்த உதா-ரணம். அது கண்டு ஆனந்திக்கும் தாயின் நகைமுகமோ செல்ல சிரிப்-புக்கு ஒரு தேர்ந்த உதாரணம். புன்முறுவல் செய்ய பதினேழு தசைகள் ஒத்துழைக்கவேண்டுமென அறிவியல் சொல்கிறது. ஒட்டறுவை மருத்து-வத்தில் (Plastic Surgery) புன்சிரிப்பை மூவகையாகப் பிரித்திருக்கி-றார்கள். ஈறு தெரிய புன்னகைப்பது முதல்வகை, மேலுதடை உயர்த்தும் இரண்டாம்வகை, மேலுதடை உயர்த்தியும் கீழுதடை இறுக்கியும், உதடு-கள் இருபுறமும் உள்வாங்கப்பட குறுநகை புரிவது மூன்றாம் வகை.

சிரித்து சிரித்து என்னை சிறையிலட்டாய் என்று பழைய திரைப்படப்-பாடல் ஒன்று உண்டு. சீறும் பாம்பை நம்பலாம், சிரிக்கும் பெண்ணை நம்பாதே" என்றும் சொல்லபடுகிறது. வாய் திறந்து சிரிக்க அதிலும் பலர்கூடியிருக்கிற இடத்தில் ஆண் சிரிக்கலாம், பெண் சிரிக்கக்கூடா-தென்பது எழுதப்படாத விதி. அதனால் ஏற்பட்ட விபரீதத்தை பாஞ்-சாலி ஊடாக மகாபாரதம் சொல்லியிருக்கிறது. சபையிலிருந்த பலருடன் இராமனும் வீற்றிருக்க அவனைப் காணவிருக்கிற மகிழ்ச்சியில் சீதையி-டத்தில் உண்டான நாணம் கலந்த புன்னகையை கம்பன் எழுதுவான்: நாணில் ஆம் நகையில் நின்ற நளிர் நிலா தவழ்ந்தது என்கோ. பெண்-கள் புன்னகை என்றதும் மோனலிசாவையும் டாவின்சியையும் மறக்க முடியுமா என்ன? பெண்கள் சிரிப்பு அழகானது மட்டுமல்ல கவர்ச்சி-யானதும்கூட என்று ஆய்வின் முடிவொன்று தெரிவிக்கிறது. பெண்கள் சிரிப்புக்குள்ள மந்திர சக்தியை Social Behavior and Personality என்ற அறிவியல் இதழ் சமீபத்தில் உறுதிசெய்திருக்கிறது. பிரான்சு நாட்-டைச் சேர்ந்த ஓர் அறிவியல் ஆராய்ச்சியாளர், முன்பின் பார்த்தி-

ராத அல்லது பழகியிராத எந்தவொரு ஆணையும் வசீகரிக்கும் சக்தி ஒரு பெண்ணின் புன்னகைக்கு உண்டு என்பதை ஒரு கள ஆய்-வின்வழி நிரூபித்திருக்கிறார். நிக்கோலாஸ் கெகாங் என்கிற அந்த ஆராய்ச்சியாளர் பிரெத்தாஞ் பல்கலைகழகத்தின் சார்பாக இந்த ஆய்-வினை நடத்தியிருக்கிறார். தனது கள ஆய்வுக்கு ஒரு காப்பி பாரை அவர் பயன் படுத்திக்கொண்டார். அங்கே 20 வயதுகொண்ட இளம்-பெண்ணொருத்தியை பணியில் அமர்த்தி, ஒவ்வொரு முறையும் காப்பி கடைக்குள் நுழைகிற ஆண் வாடிக்கையாளர்களின் கண்களை நேராக இரண்டு நொடிகள் பார்த்துவிட்டு பின்னர் தனது பார்வையை வேறு-திசைக்கு அவள் மாற்றிக்கொள்ளவேண்டும் என கட்டளையிட்டார். அப்படி பார்க்கிறபோது ஒவ்வொரு இரண்டாவது நபருக்கும் பார்வை-யுடன் புன்னகைக்கவும் வேண்டுமென்றும், மற்றவர்களுக்குப் பார்வைமட்-டும் போதுமென்பதும் அவரின் திட்டம். ஒவ்வொரு முறையும் அப்படி பார்த்து முடித்தபிறகு, பார்க்கபட்ட ஆண் எந்த மேசையில் அமருகின்-றானோ அவன் பார்வையில் படும்படியான தூரத்தில் இவள் வேறொரு மேசையில் அமர்ந்து தினசரியின் பக்கங்களை புரட்டுவதுபோல, கேட்-டுக்கொண்டபடி நடித்திருக்கிறாள். மூன்றாவதாக ஒரு நபரை தூரத்-தில் நிற்கவைத்து ஒவ்வொரு 30வது நொடியின்போதும், பெண்ணின் பார்வையைச் சந்திக்க நேர்ந்த ஆண்களின் நடவடிக்கைகள் குறித்து குறிப்பெடுத்திருக்கிறார்கள். பெண்ணின் பார்வையை சந்திக்க நேர்ந்த ஆணிடமிருந்து எதிர்விளைவுகளேதும் அடுத்த பத்து நிமிடங்களுக்குள் நிகழவில்லையெனில், அடுத்து காப்பி பாருக்குள் நுழையும் ஆணிடம் சோதனை மேற்கொள்ளபட்டது. நூறு ஆண்களிடம் (அவர்கள் அறி-யாமல்) மேற்கொண்ட சோதனையில் புன்னகையையும் பார்வையையும் சேர்ந்து பெற்ற ஐம்பது ஆண்களில் பதினோறு ஆண்கள் அப்பெண்ணி-டம் ஈர்க்கபட்டு அவள் கவனத்தைப்பெற அடுத்தக்கட்ட முயற்சிகளில் இறங்கியிருக்கிறார்கள். மாறாக பெண்ணின் கடைக்கண் பார்வையை மாத்திரம் பெற்ற ஐம்பது ஆண்களில் இரண்டு நபர்களே அவளைக் கவர எத்தனித்திருந்தார்கள். அதாவது புன்னகையுடன் கூடிய பார்-வைக்கு 7,2 விழுக்காடு ஆண்கள் பலியாகியிருக்க, வெறும் பார்வைக்கு 2,01 விழுக்காடு ஆண்கள் மட்டுமே பலியாகின்றனர் என்பது ஆய்வு தரும் செய்தி.

வாய் விட்டு சிரித்தால் நோய் எதிர்ப்பு சக்தி அதிகரிக்கும். ஆயுளும் நீடிக்கும் எனவே மன இறுக்கத்தைக்குறைக்க சிரியுங்கள் என்கிறார்கள். யார் சிரித்தால் யாருக்கு ஆயுள்கூடும் என்பது குறித்தும் ஓர் ஆய்வு-தேவை?

14

மேற்கத்தியரின் நீதி

பதினெட்டாம் நூற்றாண்டின் தொடக்கத்தில் பிரெஞ்சு கிழக்கிந்திய குழு-மத்தின் துபாஷ் நைனியப்ப பிள்ளை மீதான வழக்கு பிரசித்தம், யுக-மாயினி அக்டோபர் 2008 இதழில் அதுபற்றி எழுதியிருந்தேன். இது மற்றொரு வழக்குச் சம்பந்தமானது. பிரெஞ்சு நீதித்துறை வரலாற்றில் நிரபராதிகள், உலகில் பிற நாடுகளைபோலவே தண்டிக்கப்பட்ட கதை-கள் உண்டு. பதினெட்டாம் நூற்றாண்டில் ஒரு நைனியப்ப பிள்ளை வழக்கெனில், பத்தொன்பதாம் நூற்றாண்டில் தளபதி ட்ரேஃப்யு வழக்கும் (l'affaire Dreyfus), அவர் நியாயமின்றி தண்டிக்கபட்டதும் பிரசித்தம். அடுத்து இருபதாம் நூற்றாண்டில் பெண் உளவாளியென குற்றம் சாட்-டப்பட்டுச் சுடப்பட்ட மாத்தாஹரியின் வழக்கும் உலகமறிந்தது. பத்-தொன்பதாம் நூற்றாண்டின் பிற்பகுதியில், சரியாகச் சொல்லவேண்டுமெ-னில் 1894ம் ஆண்டு பிரெஞ்சு ராணுவ நீதிமன்றம் தரைப்படை தளபதி ஆல்ஃப்பிரடு ட்ரேஃப்யு என்பவருக்கு, பிரெஞ்சு ராணுவ ஆவணங்-களை செர்மானியருக்குக் கையளித்ததாக ஆயுள் தண்டனை வழங்-கியது. பிரான்சில் அப்போது தேசத்துரோகக் குற்றவாளிகளுக்கான - கொடிய நரகமென்று வர்ணிக்கப்பட்ட பட்டாம் பூச்சி நாவல் புகழ் சாத்-தான் தீவுக்குக் கொண்டுசெல்லப்பட்டு – யூதனென்ற ஒரே காரணத்-திற்காக அவசர அவசரமாகத் தண்டிக்கப்பட்ட தளபதி, அங்கே சிறை-வைக்கபடுகிறார். வழக்கின்போது ட்ரேஃப்யு ஒரு தேசத்துரோகியென்ற அரசாங்கத்தின் பிரச்சாரத்தைப் பொதுமக்களில் பலரும் நம்பினார்கள். தண்டனைபெற்ற அவரது குடும்பத்தவரும் நண்பர்களும் ட்ரேஃப்யு நிர-

பராதி என்று நினைத்தார்கள். தளபதியின் சகோதரர் மாத்யூ என்பவர் உண்மையை வெளிக்கொணர பெர்னார் லசார் என்ற பத்திரிக்கையா-ளர் உதவியை நாடுகிறார். அதே சமயத்தில் ஜார்ஜ் பிக்கார் என்ற மற்-றொரு அதிகாரி ராணுவ உட்கட்ட அமைப்பில் மேற்கொண்ட புலன் விசாரணையில், உண்மையான குற்றவாளி ஒரு துணை ராணுவ அதி-காரி என்று தெரியவருகிறது. எனினும் ராணுவத் தலைமை ட்ரேஃப்யு வழக்கை மறுபரிசீலனை செய்ய மறுப்பதோடு விசாரணை மேற்கொண்ட அதிகாரியை பணிமாற்றம் செய்து உத்தரவிட்டு ஆப்ரிக்க காலனி நாடொன்றிற்கு அவரை அனுப்பிவைக்கிறது. கொதித்துபோன ட்ரேஃப்-யூவின் சகோதரர், பாரளுமன்ற அவை நடுவரிடம் விண்ணப்பிக்கிறார். பாராளுமன்ற அவை நடுவர், ராணுவ நீதிமன்றத்தால் குற்றம் சாட்-டப்பட்ட தளபதி ட்ரேஃப்யூ நிரபராதி என்பது உண்மை என்கிறார். மாத்யூ உண்மையான குற்றவாளியை எதிர்த்து வழக்குத் தொடுக்கிறார். வழக்கின் முடிவில், தேசியவாதிகள் மற்றும் பேரினவாதிகளின் நிர்ப்-பந்தத்தின் காரணமாக உண்மையான குற்றவாளி நிரபராதி என விடு-தலை செய்யப்படுகிறான். பிரான்சு இரண்டுபடுகிறது. எமில் ஸோலா (Emile Zola) விடியல் என்ற நாளிதழில் 'நீங்கள் குற்றவாளிகள்' என்ற தலைப்பில் (13 ஜனவரி 1898), பிரெஞ்சு அதிபருக்கு பகிரங்க-மாக அறைகூவல் விடுத்திருந்தார். பத்திரிகையாளரான பெர்னார் லசார் மேற்கொண்ட புலன் விசாரணயிற்கிடைத்த தகவல்களை அடிப்படையா-கக்கொண்டு ஸோலா குற்றவாளிகள் யார், எங்கே குற்றங்கள் நிகழ்ந்தன என்று தெளிவாக எழுதியதோடு அரசாங்கத்தையும் ஆள்பவர்களை-யுங்கூடச் சாடியிருந்தார். "செய்யாத குற்றங்களுக்காக தண்டிக்கபட்ட அப்பாவிகளின் ஆவிகளால் தூக்கமின்றி தவிக்கிறேன், அவர்களுக்காக நான் குரல் கொடுக்கவேண்டும், அது என் கடமை. ஓர் எழுத்தா-ளனான என்னால் அநீதிக்குத் துணைபோக முடியாது" என்று தொடங்-கும் கடிதவடிவிலான அக்கட்டுரையில் எமிலி ஸோலாவின் வாசகங்கள் பிரான்ஸையே அதிரவைத்தவை. அறிவு ஜீவிகள் அனைவரும் எமில் ஸோலாவை ஆதரித்தனர். நாடெங்கும் கலவரம் மூண்டது. பேரினவாதி-களுக்கு எதிராக மக்களில் ஒரு பிரிவினர் வீதியில் இறங்கினர். ராணு-வத்தைக்கொண்டு அடக்கப்பட்ட கலவரத்தில் நூற்றுக்கணக்கானவர்கள் இறந்தனர். போராட்டத்தை முடிவுக்குகொண்டுவர தந்திரமாக அரசாங்-கம் ஆல்ஃபிரடு ட்ரேஃப்யு வழக்கினை மேல் முறையீட்டிற்கு எடுத்-

துக்கொண்டு தண்டனையை முதலில் ரத்து செய்வதுபோல பாவனை செய்து, எதிப்புகள் அடங்கியதும் மீண்டும் ராணுவத் தலைமையூடாக மறுவிசாரணை என்று ஒன்றைவைத்து, விடுதலை செய்வதற்குப் பதிலாக ட்ரே●ப்யுவுக்கு பத்தாண்டுகாலம் சிறை தண்டனை விதித்தார்கள். நான்கு ஆண்டுகள் சிறையில் வாடிய தளபதியை, பிரெஞ்சு அதிபர் கருணையில் விடுதலை செய்ததும், பின்னர் அவர் ராணுவத்தில் சேர்ந்து முதல் உலகப்போருக்கு பின்னர் இறந்துபோனதும் வரலாற்றில் பதிவாகியுள்ளது. இப்பிரச்சினையில் அதுவல்ல முக்கியம் யூதன் என்ற காரணத்திற்காக பேரினவாதம் நீதி என்ற பெயரில் தண்டித்ததும், வழக்கின்போது திரண்டெழுந்த யூதர் ஆதரவு குரலே Theodor Herzl என்ற ஆஸ்த்திரிய யூதரால் Zionist இயக்கம் தொடங்கவும், யூதர்களுக்கான சொந்த நாட்டின் தேவைக்கு வித்திடவும் காரணமானது என்பது முக்கியம்.

அடுத்துவருவது கடந்த ஜனவரி மாதத்திய பிரச்சினை. உலகவரைபடத்தை பார்த்தீர்களெனில் ஐரோப்பிய யூனியன் இந்தியப் பெருங்கடல், அட்லாண்டிக்பெருங்கடல், பசிபிக் பெருங்கடலென்றெல்லாம் பரவியிருப்பதைக்காணலாம். உங்களுக்கு ஆச்சரியமாக இருக்கலாம், எங்கெங்கோ கடலில் குன்றிமணிபோல மிதக்கிற இவை எப்படி ஐரோப்பிய யூனியனுக்குள் வரமுடியும் என்ற உங்கள் கேள்வியும் நியாயமானதுதான். ஆசியாவிலும் ஐரோப்பாவிலுமாக இருக்கிற துருக்கியை ஐரோப்பாவில் சேர்த்துக்கொள்வதற்கு ஆயிரத்தெட்டு நடத்தை விதிகளை பிரயோகிக்கிறவர்கள், உலகில் திசைக்கொன்றாய் சிதறிக்கிடக்கும் இத்தீவுகளை ஐரோப்பிய யூனியனுக்குள் எப்படி அனுமதித்தார்கள் என்ற உங்கள் ஐயத்திற்கு ஒபாமா அமெரிக்க அதிபரான கதையைப்போல என்று ஒரு பேச்சுக்குக் வைத்துக்கொள்ளலாம். இத்தீவுகளெல்லாம் காலனிகால ஆதிக்கத்தின் தொடர்ச்சியாக இன்றைக்கும் ஐரோப்பாவிலுள்ள பிரான்சுக்கு சொந்தமானவை என்கிற சூத்திரத்தைப் புரிந்துகொண்டால் அதற்கான காரணம் புரியும். ஆனால் இப்பிரெஞ்சு தீவுகளுக்குக் கிடைத்துள்ள ஐரோப்பிய தகுதிக்கும், உள்ளூர் மக்களின் நிஜவாழ்க்கைக்கும் எந்தத் தொடர்புமில்லை.

பிரெஞ்சு குடியரசுக்கு நிர்வாகத்தின் கடல் கடந்த பிரதேசங்களான குவாதுலூப், மர்த்தினிக், பிரெஞ்சு கயானா, ரெயூனியோன் என்பவை மாவட்டத் தகுதியைப் பெற்றவை, அடுத்து உள்ளாட்சித் தகுதியின் கீழ்வருகிற ஆறு சிறுபிரதேசங்கள் இருக்கின்றன. இப்பகுதி மக்கள் கடந்த

ஜனவரிமாதம் 20ந்தேதி தொடங்கி சுமார் ஒருமாதகாலம் போராடினார்-
கள். "எங்கள் தேசம் எங்களுக்கு! காலனிப் பிரதேசங்களாக எங்களை
நடத்தியது போதும்!", என்றெல்லாம் குரல்கள் உரத்து ஒலித்தன. இப்
பிரதேசங்களை ஆங்காங்கே இருக்கிற அந்நிய நாடுகளோடு ஒப்பி-
டுகிறபோது, நிலைமை பரவாயில்லை என்பதும் உண்மை, எனினும்,
ஐரோப்பாவில் இருக்கிற சக பிரெஞ்சு பிரதேசங்களோடு ஒப்பிடுகிற-
போது, உண்மை என்னவென்பது தெளிவாக விளங்கும். இப்பிரதேசங்-
களை பிரெஞ்சு அரசாங்கம் சுற்றுலா தலங்களாக பார்க்கிறதே அன்றி
வேறு வளங்களைப் பெருக்க அக்கறை காட்டியதில்லை. பெரும் பணக்-
காரர்கள் உல்லாசத்தீவுகளுக்குச் சொந்தக்காரர்களாக இருப்பதில்லையா?
அப்படி, பிரான்சு நாட்டுக்கு இத்தீவுகள். உதாரணமாக குவாதுலூப்பில்
ஒரேஒருவிழுக்காடுள்ள மேல்தட்டுமக்கள் அதாவது ஐரோப்பிய வம்சா-
வளி பிரெஞ்சுக்காரர்கள் அப்பிரதேசத்தின் 52 விழுக்காடு விவசாய
நிலங்களுக்கும், 92 விழுக்காடு பெரும் நிறுவனங்களுக்கும் உரிமையா-
ளர்களாக இருக்க பெரும்பான்மை இனத்தவரான கருப்பர்கள் நிலை
மிக மோசமாக இருக்கின்றன. வேலையற்றோர் எண்ணிக்கை மொத்த
மக்கள் தொகையில் 36 விழுக்காடுகள், இது இதர பிரெஞ்சு பிரதே-
சங்களைக் காட்டிலும் இருமடங்கு அதிகம். இப்படி ஒவ்வொரு துறை-
யாக ஒப்பிட்டுப் புலம்பமுடியும். அமெரிக்காவில் ஒபாமா அதிபரான-
தின் பலனோ என்னவோ திடிரென்று இவர்களுக்கு ஆளும் ஐரோப்பிய
வர்க்கத்தின் மீது கோபம் வந்தது. தென் ஆப்ரிக்காவில் இனக்கொள்கை
உலகறிந்தது, இருபத்தோராம் நூற்றாண்டில் பிரெஞ்சு அரசாங்கமும்
அதைத்தான் பின்பற்றுகிறதென, சமீபத்தில் அரசுக்கு எதிரான ஊர்வ-
லத்தில் கலந்துகொண்ட மக்கள் கருத்து தெரிவித்தனர். கடைகள் சூறை,
வாகனங்களுக்கு தீவைப்பு, போலீஸார்- ஊரவலத்தினர் மோதல் எனத்
தொடர்ச்சியாக நடைபெற்ற போராட்டத்தினை, பிரெஞ்சு அரசாங்கம்
தொடக்கத்தில் அலட்சியப்படுத்தியது. பாரீஸில் நடக்கும் ஆர்பாட்டங்-
ளுக்கு உடனடியாக தீர்வினை முன்வைக்க ஆர்வம் காட்டும் பிரெஞ்சு
அரசாங்கம், வேறு வழியில்லையென்ற நிலையில் கடைசியாக இறங்கி-
வந்து இப்பிரதேசங்களின் தொழில் அமைப்புகளோடு பேச்சுவார்த்தைக்கு
ஏற்பாடு செய்தது.

தொன்று தொட்டே மனிதவரலாற்றில் கூட்டமாகவோ, தனித்தோ
வாழ்வியல் ஆதாரங்களைத் தேடி பயணிப்பதும்; வாய்ப்புகளுண்டு என

நம்பப்படுமிடங்களில் வேரூன்றி துளிர்க்க முயல்வதுமான முயற்சிகளைப் பார்க்கிறோம். புதியமண்ணில், இப்புலம்பெயர்ந்தவர்களின் இருப்புக்கான விதி என்பது; அவர்கள் எதிர்காலம் குறித்த வேட்கை, உடற் பலம், அறிவு, தொலைநோக்குப்பார்வைகள், அணுகுமுறைகள், இணக்கம், எதிர்ப்பு மற்றும் காலத்திற்கேற்ப எடுக்கும் முடிவுகள்- செயல்பாடுகளைப் பொறுத்து அமைகின்றன. இன்றைக்கு உலகப்படத்திலிருக்கிற அத்தனை தேசங்களும் வெற்றிபெற்ற இனத்தின் தேசங்கள், நாம் உலகில் சந்திக்கிற இனப்பிரிவுகள் அவ்வளவும் டார்வின் கொள்கையின்வழி 'உய்வு'(survival) யுத்தத்தில் வெற்றிபெற்ற இனத்தின் வாரிசுகள். மொழி, மதம், இனமென்று ஏதோ ஒருவகையில் பலம்வாய்ந்தவர்கள் - எண்ணிக்கையில் பெரும்பான்மையினராக உள்ளவர்கள் சிறுபான்மையி- னரை ஆண்டுக்கொண்டிருக்கிறார்கள். எனினும் கடந்த சில நூற்றாண்- டுகளாக மொழியால், மதத்தால், இனத்தால், நிறத்தால், பண்பாட்டால் வேறுபட்ட மக்கள் சேர்ந்துவாழவேண்டுமென்பது காலத்தின் கட்டாயம். மொழியின்பேரால், பூர்வீக இனத்தின் பேரால் கட்டமைக்கப்பட்டு, ஒற்- றைப் பண்பாட்டினால் வடிவமைக்கப்பட்ட நாடுகள் பலவும் இன்றைக்குப் பன்முகக் கலாச்சாரத்திற்கு வாழ்தளம் அமைத்துக் கொடுக்கவேண்டிய நெருக்கடியில் இருக்கின்றன. யுத்தமென்பதே பண்பாட்டு மோதல்க- ளால் உருவாவதுதான். ஒரு பண்பாட்டினை, மற்றொன்று மறுப்பதும் எதிர்ப்பதும் ஒத்துணர்வுக்கு உதவாது, விளைவு முனகலும் பொறுமலு- மாக ஆரம்பித்து யுத்தங்களில் முடிகின்றன: சூடான்-தர்ஃபூர், பாலஸ்த்- தீன்-இஸ்ரேல், சிங்களவர்-தமிழர் என்று நாம் பார்க்கின்ற யுத்தங்கள் அனைத்தும் நாம்-பிறர் என்ற இருமைப்பண்புகளுக்கிடையே ஏற்படும் சரிசெய்யமுடியாத இடைவெளியால் உண்டானது. இதற்கு வலுசேர்ப்பதே மேலே குறிப்பிட்ட இரண்டு சம்பவங்களும். அநேகமாக பிரெஞ்சுத் தீவு- களில் நடக்கும் போராட்டம் நீங்கள் இக்கட்டுரையை படிக்கிற நேரத்தில் அங்கே முடிவுக்கு வந்திருக்கலாம், தற்காலிகமாக. இருபிரச்சினைகளி- லும் பொதிந்துக்கிடக்கும் உண்மைகள் இரண்டு. முதலாவது பேரினவா- தத்திற்கு உள்ள பல பெயர்களுள், ஆளும் வர்க்கமுமொன்று என்பது. மற்றொன்று. உலகில் நலிந்தவர்க்கான நீதி வீதிகளில்தான் கிடைக்கு- மென்பது.

15

பிரான்சுநாட்டின் பண்பாட்டு அரசியல்

மானுடத்தின் வரலாறு என்பது அரசியல் வரலாறு, பண்பாட்டு வரலாறு என்று பிரித்து அறியப்படவேண்டியது, ஒன்றோடு மற்றொன்று பிணைந்ததென்றாலும். அரசியல் வரலாறு என்பது அகழ்வாய்வுகள், கல்வெட்டுகள், பிற சான்றுகள் என்ற தரவுகளின் அடிப்படையில் எழுதப்படுகிறபொழுது, பண்பாட்டு வரலாற்றினை தீர்மானிக்க கலை, இலக்கிய தரவுகள் உதவுகின்றன. அரசியல் வரலாறென்பது, ஒரு கூட்டத்தின் வரலாறாகத் தொடங்கி, ஆளும் வர்க்கத்தின் வெற்றி தோல்விகளின் வரலாறாக மாறியிருக்கிறது. பண்பாட்டு வரலாறு என்பது தொன்று-தொட்டு மக்களின் நுண்மான் நுழைபுலம் சார்ந்து வாழ்வியல் நேர்த்தியை, போக்கை, நுணுக்கத்தை, அதன் செரிவுகளைத் தன்னகத்தே கொண்டது. அரசியல் வரலாறு என்பதே ஆதிக்க வரலாறுதான், காலனிய வரலாறுதான், தடியெடுத்த சிறுகூட்டத்தின் வரலாறுதான். வல்லான்கள் வகுத்த வாய்க்கால்கள் எவ்வாறு கரைபுரண்டு பெரும்பான்மையினரின் கலை இலக்கிய பண்பாட்டை சீரழித்தன எனபதற்கு நேற்றைய ஆதிக்க வரலாறுகளும், காலனிய வரலாறுகளும் சாட்சி; விளைவு இன்றைக்குச் சொந்தப் பண்பாட்டையே தேடவேண்டியவர்களாக இருக்கிறோம். இப்போது உலகமயமாக்கலென்ற தாராளத்தின் பேரில் மற்றொரு ஆதிக்க வரலாறு ஆரம்பித்துவைக்கப்பட்டு, ஒட்டுமொத்த மானுடத்தின் வாழ்வியல் பண்பாடே நெருக்கடிக்கு உள்ளாகியிருக்கின்றது.

பண்பாடு அல்லது ஓரினத்தின் மேன்மை என்பது கலை மற்றும் இலக்கியத்தில் பெற்றுள்ள வளம் சார்ந்தே தீர்மானிக்கப்பட்டது, அவ்வளத்தைப் பெருக்க அம்மக்களின் ஆதிக்க அரசியல் பெரிதும் உதவியிருக்கிறது. பிரெஞ்சுகாரர்களின் பண்பாட்டுவரலாறு என்பது, இலக்கியங்களால் மட்டும் எழுதப்பட்டதல்ல. கலை, ஓவியம், சிற்பம், இசை யென மற்றவற்றின் பங்கும் அதிலுண்டு. ஆங்கிலேயர்களைக் காட்டிலும் சொந்த மொழிமீது தீவிர பற்றுள்ளவர்கள். தீக்குளிப்பின்றி, பட்டிமன்றமின்றி, கல் தோன்றி மண்தோன்றா காலத்தே.... என்ற மேடைப்பேச்சின்றி தங்கள் மொழியையும், கலையையும் வளர்த்தெடுக்கத் தெரிந்தவர்கள். அவர்கள் பேரிலக்கியத்திற்குச் சொந்தக்காரர்கள், புத்திலக்கிய ஆர்வலர்கள், தவிர படைப்புலக பெருமக்கள் பலருக்கும் பிரான்சு புகலிடமாக இருந்திருக்கின்றது.

பிரெஞ்சுக்காரர்களின் விடுதலை உணர்வு கலை இலக்கியத்துறையிலும், அரசியலிலும் எத்தகைய பாரியதாக்கத்தை ஏற்படுத்தியது என்பதை எழுதுகிறபோது இடையில் அவர்களுடைய அவ்வுணர்வு தன்னலம் சார்ந்தது என்பதையும் கணக்கில்கொள்ளவேண்டும். பிரெஞ்சு காலனிய மனப்பாண்மை ஆங்கிலேயர்களைக் காட்டிலும் மோசமானது. தங்கள் ஆதிக்கக் காலத்தில் சுரண்டியதைத் தவிர காலனி மக்களின் கல்வித் தேவையிலோ, உள்கட்டமைப்பிலோ கவனம் செலுத்தியவர்கள் அல்லர். பிரெஞ்சுக்காரர்களிடமிருந்து விடுதலைபெறுவதற்கு அல்ஜீரிய மக்கள் செய்த உயிர்த்தியாகங்கள் கொஞ்ச நஞ்சமல்ல, அல்ஜீரிய சுதந்திரப்போர் பிரெஞ்சுக்காரர்களின் கொடூரமுகத்தை நமக்கு அறிமுகப்படுத்தும் தன்மையது. இன்றைக்கும் ஆப்ரிக்க இனத்து மக்களைப் பெரும்பான்மையாக்கொண்ட மர்த்தினிக், குவாதுலுப், ரெயூனியோன் தீவுகளுக்குச் சுதந்திரம் வழங்காமல் பிரான்சு தனது கட்டுப்பாட்டுக்குள் வைத்திருக்கிறது. அண்மையில் அங்குள்ள பூர்வீக இனத்தவர், "தீவின் வளங்கள், மக்கட் தொகையில் ஐந்து சதவீதமே இருக்கிற ஐரோப்பிய பிரெஞ்சுக்காரகளிடம் இருப்பதாகவும், தாங்கள் பல துறைகளிலும் அடிமைகளாக நடத்தபடுவதாகவும் குற்றம் சாட்டி கலவரத்தில் இறங்க, அதனை அடக்க முடியாத நிலையில் அரசு சில சலுகைகளை வழங்கி இருக்கிறது.

பிரான்சு நாட்டில் இவர்களுடைய முன்னாள் காலனி நாடுகளிருந்து குடிபெயர்ந்து ஆசியநாட்டவரும், ஆப்ரிக்க இனத்துவரும், அல்ஜீரியா, துனீசியா, மொராக்கோ நாட்டு இஸ்லாமியரும் வெகுகாலமாக பிரெஞ்சு

குடியுரிமையுடன் வாழ்கின்றபோதிலும், சமீபகாலம்வரை அரசியல், நிர்-
வாகம் அனைத்திலும் அவர்களிடம் பிரெஞ்சுக் காரர்கள் மாற்றாந்தாய்
மனப்பான்மையுடனேயே இருந்துவந்திருக்கிறார்கள். ஏதோ வலதுசாரிகள்
அல்லது தேசியவாதம் பேசுகிறவர்கள்தான் மேற்கண்ட மக்களுக்கு எதி-
ரானவர்களென்றில்லை, இடதுசாரிகளுக்கும் அதுதான் மனநிலை.
சொல்லப்போனால் அண்மையில் அதிபராகப் பொறுபேற்ற வலதுசாரி
கட்சித்தலைவராவது புதிய அரசாங்கத்தில் முதன் முறையாக காலனி-
வாசிகளின் வம்சாவளிகளை தமது அரசாங்கத்தில் அமைச்சர்களாக
ஆக்கியிருக்கிறார், இடது சாரிகள் இதுவரை அப்படி எதையும் செய்த-
வர்களில்லை.

ஆசியர்களிடமும் ஆப்ரிக்கர்களிடமும் எடுபட்ட பிரெஞ்சுக்காரர்க-
ளின் ஆதிக்க அரசியல், அவர்களது பங்காளிகளான ஆங்கிலேயர்க-
ளிடத்தில் செல்லாகாசாகவே இருந்துவந்திருக்கிறது. பிரெஞ்சு அரசியல்-
வரலாற்றில், எதிர்தரப்பில் ஆங்கிலேயர்களென்றால் அவர்கள் கைகளே
ஓங்கியிருந்திருந்திருக்கின்றன. இரண்டு உலக யுத்தங்களிலிருந்தும் மீள்-
வதற்கு பிரிட்டிஷ் மற்றும் அமெரிக்க ராணுவத்தின் தயவுவேண்டியிருந்-
தது. மாறாக கலை இலக்கியமென்கிற பண்பாட்டு வரலாற்றை அவதா-
னிக்கிறபோது ஆங்கிலேயர்களைக் காட்டிலும் தாங்கள் மேம்பட்டவர்-
கள் என்பதைப்போலச் செயல்பட்டு வந்திருக்கிறார்கள். அவ்வப்போது
புதிய முயற்சிகளைமேற்கொண்டு அதில் வெற்றியும் பெற்றிருக்கிறார்-
கள்: உலகப்புகழ்பெற்ற படைப்பாளிகளை ஏராளமாகப் பிரெஞ்சுமொழி
உலகிற்குத் தந்திருக்கிறது. அப்போலினேரில் ஆரம்பித்து தெரிதாவரை
அப்பட்டியல் நீளமானது. கற்பனாவாதம், ததாவாதம், குறியீட்டியியம்,
இருப்பியல், இருப்பின்மை, நடப்பியல் என்று ஏராளமான இஸங்களை
பிரெஞ்சு உலகம் நமக்கு அறிமுகப்படுத்தி இருக்கிறது; கடந்த 2008ம்
ஆண்டு நோபெல் பரிசுபெற்ற கிளேஸியோவையும் சேர்த்து, உலகில்
அதிக எண்ணிக்கையில் இலக்கியத்திற்காக நோபெல்பரிசு பெற்றவர்க-
ளைக் கொண்ட நாடென பிரான்சைச் சொல்லலாம். எனினும் சமீப
காலமாக பிரெஞ்சுக் கலைகளும் இலக்கியங்களும் சரிவினை நோக்-
கிப் போய்க் கொண்டிருக்கிறதெனச் சொல்கிறார்கள். சொல்கிறவர்கள்
வேறு யாருமல்ல, அவர்களது பங்காளிகள். ஆங்கிலமொழிக்கு சொந்-
தம் கொண்டாடுபவர்கள். TIME நவம்பர் 2007 இதழில் வெளிவந்த
'The Death of French Culture' என்ற கட்டுரை விவாதத்திற்கு

உரியது. டோனால்டு மோரிஸ்ஸன் என்பவர் அக்கட்டுரையில் வருடந்-தோறும் ஆயிரக்கணக்கான புனைவுகள் பிரெஞ்சில் வெளிவந்தாலும், அவைகளில் பத்தோ பன்னிரண்டோதான் ஆங்கிலத்தில் மொழிபெயர்க்கபடுகின்றன என்கிறார், மாறாக பிரான்சில் விற்கப்படும் புனைவுகளில் முப்பது சதவீதம் ஆங்கிலத்திலிருந்து மொழிபெயர்க்கப்பட்டவை என்-கிறார். ஆங்கிலேயர் அன்றி பிறருங்கூட ஆங்கிலத்தில் எழுதி புகழ்-பெற்ற பெருமைவரலாறு இங்குண்டு, அப்படியான பெருமை பிரெஞ்சு மொழிக்கு உண்டா என்றால் இல்லை. நானறிந்து பிரெஞ்சு படைப்-பாளிகள் பிற இன பிரெஞ்சு எழுத்தாளர்களைக் கொண்டாடியதில்லை என்பதையும் இங்கே சுட்டியாகவேண்டும். அவ்வாறே பிரெஞ்சு திரை உலமும் கடந்த நூற்றாண்டுபோல இல்லை என்பது அவரது மதிப்பீடு. பிற ஐரோப்பிய நாடுகளைக் காட்டிலும் கூடுதலாக திரைப்படங்கள் தயா-ரிக்கப்பட்டபோதிலும் அவை உள்ளூர் சந்தையைக் கணக்கிற்கொண்டு குறைந்த முதலீட்டில் தரமின்றி தயாரிக்கபடுகின்றனவே அன்றி, பெரி-தாக சொல்வதற்கில்லை என்பது மற்றொரு வாதம். Capital என்ற ஜெர்மானிய இதழொன்று சமீபத்தில் வெளியிட்டிருந்த ஐரோப்பாவின் சிறந்த நூறு கலைஞர்கள் பட்டியலில், முதல் பத்து கலைஞர்களில் ஒருவர்கூட பிரெஞ்சு கலைஞரில்லை என்ற செய்தியும் பிரெஞ்சுக் காரர்களை வருத்தத்தில் ஆழ்த்தியிருக்கிறது. காக்கைக்கும் தன் குஞ்சு பொன்குஞ்சு என்பதுபோல, ஒவ்வொருவருக்கும் அவரவர் படைப்பு உகந்ததுதான், பிரெஞ்சு மக்களும் உள்ளூர் புனைவுகளை தாராளமா-கவே விலைகொடுத்து வாங்கிப்படிக்கிறார்கள், மாதத்திற்கு ஒருமுறையே-னும் ஒப்பேராவிற்கோ, நாடகத்திற்கோ, இசை அரங்கிற்கோ, திரைப்ப-டத்திற்கோ போகத்தான் செய்கிறார்கள், நல்ல ஓவியங்களை, சிற்பங்-களை அதிக விலைகொடுத்து ஆதரிக்கவும் செய்கிறார்கள். ஆனாலும் சுற்றமும் நட்பும் காட்டும் பரிவும், தரும் கைத்தட்டலும் கலைக்கும் இலக்கியத்திற்கும் உதவாது என்பதை பிரெஞ்சுக்காரர்கள் கூடிய சீக்கிரம் உணர்வார்களென்றே நம்புகிறேன்.

16

முயற்சி திருவினை ஆக்கும்?

பாரீஸில் புகழ்பெற்ற சிறை ஒன்றுண்டு, பெயர் சாந்த்தே சிறை (Prison de la Sante). 150 ஆணடுகள் பழமை வாய்ந்த இச்சிறையில், பிரான்சு நாட்டின் முக்கிய வழக்குகளில் தண்டனைபெறும் குற்றவாளிகள் தண்டனைகளை அனுபவிக்கிறார்கள். பலதுறைகளிலும் புகழ்பெற்ற பிரமுகர்கள் பலர் இச்சிறையிலிருந்திருக்கிறார்கள். ஆங்கிலத்தில் சார்லஸ் என்றும், பிரெஞ்சில் ஷார்ல் என்றும், ஜெர்மனியின் கார்ல் என்றும், ஸ்பெயின் மொழியில் கர்லோஸ் என்றும் அழைக்கப்பட்ட தீவிரவாதியை ஞாபகமிருக்கிறதா? எழுபதுகளில் அய்ரோப்பிய நாடுகளைக் கலங்கடித்தவன், ராபர்ட் லுட்லம்முடையை நாவல்களில்கூட (அவற்றுள் The Bourne Identity அப்பட்டமாக நகலெடுக்கபட்டு வெற்றி விழா என்ற பெயரில் கமலஹாசன் நடித்திருக்க தமிழில் வந்திருந்தது) இடம்பெற்றிருப்பான், அவனும் இங்கே சிறைவைக்கப்பட்டிருக்கிறான். கடந்த சில ஆண்டுகளாக சிறை புதுப்பிக்கபட்டுவருவதால், கைதிகளில் பலர் தற்காலிகமாக வேறு சிறைகளுக்குக் கொண்டு செல்லப்பட்டிருக்கின்றனர்; அவர்களுள் கர்லோஸ—ம் ஒருவன். ஆக சட்டத்தால் ஆபத்தான குற்றவாளிகளென தீர்ப்பு வழங்கப்பட்டவர்கள் பலருக்கும் இதுதான் கராக்கிரகம். ஆனால் இக்கட்டுரை கர்லோஸ் குறித்தோ, சாந்த்தே சிறையின் நீள அகலங்களைப் பற்றி பேசவோ எழுதப்படவில்லை, இது வேறொரு நபர் பற்றியது.

சாந்த்தே சிறை பலத்த காவலைக்கொண்டது, என்பதை விளக்க வேண்டியதில்லை. அங்குள்ள கடுமையான காவலையும், அரணையும் கடந்து வெளிக்காற்றை சுவாசிக்கவென்று தப்பித்து, பின்னர் மீண்டும் பிடிபட்டுத் திரும்பும் கைதிகளும் இல்லாமலில்லை. ஒரு சிலர் இம்முயற்-சியில் தங்கள் உயிரையும் பறிகொடுப்பதுண்டு, ஆயுள் முழுக்க நான்கு சுவருக்குள் அடைந்துறும் இன்னல்களைக் காட்டிலும் உயிர் துறப்-பது தேவலாமென்று தோன்றியிருக்கக்கூடும். தவிர சுதந்திரம் என்பதே இயற்கையோடு கலந்ததுதானே? அது இல்லையென்றாகி நாம் விலங்கி-டபப்டுகிறபோது, விட்டு விடுதலையாகி சிறகசைத்து காற்றில் கலப்பதுவே ஓர் உயிரியின் உள்ளுணர்வாக இருக்க முடியும்.

1986ம் ஆண்டு மேமாதத்தில் ஒரு பிற்பகல், முற்றாத வெயில், அப்-பழுக்கற்ற வானம், இதமான காற்று. காவற்கோபுரங்களிலிருந்த காவ-லர்கள் சற்று சுணங்கியிருப்பார்கள்போல. சட்டென்று ஒரு ஹெலிகாப்-டரொன்று விண்ணி முளைத்து, சிறைகூடத்திற்கு நேர்மேலாகத் தோன்றி மீன்குத்திப் பறவைபோல நின்று பறந்தது, காவலர்கள் சுதாகரிக்கு முன்-பாக அது நடந்து முடிந்துவிட்டது. ஹெலிகாப்டரை ஓட்டிவந்தவள் ஒரு கைதியின் மனைவி, பெயர் நதின். அவள் ஓட்டிவந்த ஹெலிகாப்டரில் தப்பிச் சென்றவன், அவள் கணவன், சாந்த்தே சிறையில் அடைபட்டு-கிடந்த முக்கிய குற்றவாளி, பெயர் மிஷெல் வொழூர். தமிழ்த் தொலை-காட்சிகளின் பிரத்தியேகச் சொல்லான பரபரப்புக்குச் சொந்தமான சம்-பவம். அச்சம்பவம் நடந்து நான்கு மாதத்தில், பாரீஸின் வடபகுதியில் ஒரிடத்தில் திருட முயன்றபோது கையும்களவுமாக பிடிபட்டு மீண்டும் வொழூர் சிறைக்குத் திரும்பினார்.

வாழ்நாளில் பெரும்பகுதியை சிறையில் கழித்திருக்கும் வொழூர் பிள்ளைப் பருவம் குழப்படிகளின்றியே இருந்திருக்கின்றன. வாலிபவ-யதில் 'Roi de la belle" என்று அழைக்கப்பட்டவர். பிரெஞ்சு மொழியில் l'echapper belle' என்றொரு சொற்றொடருண்டு, அதனை ஆங்கிலத்தில் narrow escape என்று சொல்லலாம், ஆக 'Roi de la belle' என்றால் தமிழில் 'மயிரிழையில் தப்புவதில் மன்னன்' என்-றாகிறது. மிஷெல் வொழூர் பிறந்ததொன்றும் சிறையிலல்ல, 'உறியை முற்றத்து உருட்டாத' அமைதியான பிள்ளை. மென் கூந்தல் அவிழத் திளைத்து எங்கும் அறிவழிந்த ஆயர்பாடி மகளிரும் அவர்க்கில்லை-யென்பதால், வஸ்திரங்கள் கவர்ந்த அனுபவங்களுமில்லை. மனிதரின்

பதின்வயது வேறுவகையில் எழுதப்பட்டிருந்தது, திசைபிசகி தவித்தது, பழுதென்று தொட்டது பாம்பாகிப்போனது. அரசு எந்திரங்களின் சல்லடைத் தேடலுக்கென்றே அவதாரம் எடுத்ததுபோல செயல்பட்டார். குற்றவாளிகள் பிறப்பதல்ல, உருவாகிறார்கள். முதல் குற்றத்தை, அவனன்றி வேறு கூறுகள் தீர்மானிக்கின்றன. வொழூர் செய்த முதல் குற்றமும் அத்தன்மையதுதான். குற்றஞ்சாட்டப்பட்டவன் தலைகாய்ந்தவனென்றால் சட்டம் சுறுசுறுப்பாக செயல்படும், நீதிபதிகள் தீர்ப்பெழுத ஆர்வமாக இருப்பார்கள், வொழூருக்கும் அதுதான் நடந்தது, பிரெஞ்சு நீதிமன்றம் அவரைச் சிறைக்கு அனுப்புகிறது. தனக்கு அநீதி இழைக்கப்பட்டதாக வொழூர் நினைத்தார், சிறைசெல்லும் குற்றம் எதனையும் தான் இழைக்கவில்லை என்ற உள்ளுணர்வு அவருக்கு நிறைய இருந்தது. சிறையிலிருந்து தப்பிச் செல்ல விழைந்தார். வொழூருடைய ஆழ்மனம், விடுதலைக்கு ஏங்கியதும் அதற்குத் தூண்டுதல் என்கிறார்கள். 'சிறையிலிருந்து நான் பெற்ற விடுதலை என்பது எனது ஆன்மாவின் விடுதலை' என்று சமீபத்தில் தொலைகாட்சி நிகழ்ச்சியொன்றில் தெரிவித்திருந்ததை இங்கே குறிப்பிடவேண்டும். அவரது ஆன்மாவின் விடுதலைக்காக எதையும் செய்வதென்று முன்வந்தபோது கூடா நட்பும் வாய்த்தது, அக்கூட்டத்தினருடன் உறவுகொண்டமைக்குக் கைமேற் பலனும் கிடைத்தது, அடுத்தடுத்து குற்றங்கள், சிறையிலிருந்து தப்பிச்செல்லுதல், மீண்டும் சிறைவாசமென தொடர்ந்தது. இனி தப்பிப்பதென்பது தன் கையில் இல்லை என்றுணர்ந்தபோது, தன்னை மனமார நேசித்த மனைவி நதின் உதவியை நாடினார். ஹெலிகாப்படரில் தப்பித்ததென்ற அம்முயற்சி சிறைவாழ்க்கையில் நடந்த ஒரு சாகச முயற்சி. அவரது மனைவி பின்னர் விவரித்திருந்ததின் அடிப்படையில் நூலாகவும் , 1992ம் ஆண்டு திரைப்படமாகவும் முதல் ஹெலிகாப்டர் சம்பவம் வடிவம் பெற்றது. மீண்டும் சிறையில் அடைக்கப்பட்டிருந்த வொழூருக்கு ஜமீலா என்ற சட்டக் கல்லூரி மாணவியிடம் ஏற்பட்ட கடிதப்போக்குவரத்து, காதலாக மாற அவள் பங்குக்கு இரண்டு முறை ஹெலிகாப்டருடன் அவரை சிறையிலிருந்து மீட்டுச்செல்ல விரும்பினாள், இந்த இரு முயற்சிகளும் தோல்வியில் முடிந்தன. சட்டக்கல்லூரி மாணவி ஏழு ஆண்டுகள் சிறையில் அடைக்கப்பட்டு 1998ம் விடுதலை பெற்றாள், அவளை வொழூர் 1999ம் ஆண்டு மறுமணம் செய்துகொண்டார். அவளுடைய முயற்சியில் வழக்கினை மறுபரிசீலனை செய்த பிரெஞ்சு நீதிதுறை 2003ம் ஆண்டு

மிஷெல் மூரை நிபந்தனையின் பேரில் விடுதலை செய்திருக்கிறது.

மிஷெல் வொழூருக்கு தற்போது 54 வயது. குடும்பம் மனைவி, பிள்ளைகளென்று பாரீஸ்—க்கருகில் புறநகரொன்றில் வசிக்கிறார். கடந்த 30 ஆண்டுகளில் 27 ஆண்டுகள் சிறையிலிருந்திருக்கிறார், அதிற் பதினேழு ஆண்டுகள் தனிமைச் சிறை. விடுதலை பெற்ற நாளிலிருந்து திரைப்படதுறையில் பணியாற்றிவருகிறார். சிறந்த திரைக்கதை ஆசியராக விமர்சர்களால் ஏற்றுக்கொள்ளபட்டிருக்கிறார். 2005ம் ஆண்டு அவர் சிறவாழ்க்கையையும், தப்பி ஓட செய்த முயற்சிகளையும் வைத்து, அவர் எழுதிய 'Ma plus belle evasion' (ஒரு சிறைக் கைதியின் மிகப்பெரிய சாகசம்) என்ற நூல் அவரது இளமைக்காலம், சிறைவாசம், ஆழ்மனப் பதிவுகள், அங்கிருந்து தப்பிச்செல்ல எடுத்த முயற்சிகள், தப்பிய விதம், எலியும் பூனையுமாக அவரும் அரசாங்கமும் இருந்தது, நிரந்தரமாக வெளியுலகக் காற்றை சுவாசிக்கத் தொடங்கியது, இன்றைக்கு அவருளுள்ள வேற்றுமனிதன் பற்றிய செய்திகளென, ஒரு சுயவரலாறாக பிரெஞ்சு மக்களுக்குக் கிடைத்திருக்கிறது. கடந்த ஏப்ரல் மாதம் 8ந்தேதிமுதல் "என்னை விடுவிக்க நீங்கள் வேண்டாம், நான் பார்த்துகொள்வேன்' - Ne me liberez pas, je m'en charge - என்கிற ஆவணப்படம் திரைக்கு வந்துள்ளது. உண்மை புனைவுகளைக் காட்டிலும் சுவாரஸ்யமானது என்தை இத்திரைப்படம் நிரூபித்துள்ளது. பத்தொன்பது வயதில் நண்பர்களுடன் சேர்ந்து காரொன்றைத் திருடியதற்காகவும், ஓட்டுனர் உரிமமின்றி அதனை ஓட்டியதற்காகவும் வொழூர் பெறும் 30 மாத தண்டனையென்பது ஒரு மோசமான தீர்ப்பென்றுதான் சொல்லவேண்டும். மனிதர் சுதந்திரம், பாரபட்சமற்ற நீதி ஆகியவற்றை குறித்து ஆழமாகத் திரைப்படம் விவாதிக்கிறது. சமுதாயத்தின் நலம், நீதி போன்ற சொற்களைத் தந்திரமாக கையாண்டு எளியோர்மீது நிகழ்த்தப்படும் வன்முறைகள் மனதை உலுக்குகின்றன. கேமராவின் தெரியும் வொழூர் முகம், ஒருவித மாயப்பூச்சுடன், தந்த ஏமாற்றத்தை சுமப்பதாகத் தெரிகிறது. இலகுவாக சொற்களைக் கையாள்கிறார். வாழ்க்கை பற்றியும், மரணம் குறித்தும் வொழூர் தரும் விளக்கம் அற்புதம். சிறைவாழ்க்கையையும் பேசுகிறார், காதல் வயப்பட்ட மன நிலையையும் பகிர்ந்துகொள்கிறார். அவசியம் காணவேண்டிய திரைப்படம்.

'சுதந்திரமென்று சொல்லிக்கொண்டு, சட்டத்திற்கு அடிமைபட்டுக் கிடக்கிறோம்'- சிசெரோன்.

17

எழுத்தும் அரசியலும்

சமகால படைப்புலகில் மிலென் குந்தெராவையும், குண்டெர் கிராஸையும் அறியாதவர்கள் இருக்கமுடியுமா? முடியாதென்றே நினைக்கிறேன். எனினும் இக்கட்டுரையின் நோக்கம் அவர்களது படைப்புலகம் சார்ந்தது அல்ல, அம்மனிதர்களின் நேர்மையைப்பற்றியது, சிறுமைகளோடு சமரசம் செய்துகொள்ளாத அவர்கள் எழுத்திலிருக்கிற சத்தியம் பற்றியது. நெஞ்சில் உரமும், நேர்மை திறமும் மிக்க சமகால எழுத்தாளர்களில் உதாரணத்திற்கு இந்த இருவரையும் எடுத்துக்கொண்டேன், நமது எழுத்தாளர்களையும் நினைத்துக்கொண்டேன், எழுதினேன்.

முதலாமவர் பிறந்தது இன்று செக், ஸ்லோவாக் என பிரிந்திருக்கும் நேற்றைய செக்கோசுலோவாக்கியாவில், கடந்த முப்பது ஆண்டுகளுக்கு மேலாக வாழ்ந்து கொண்டிருப்பதோ பிரான்சு நாட்டில். பெரும்பான்மையான இளைஞர்களைப்போலவே இளமையில் கம்யூனிஸத்தின் விசுவாசி. 1968ம் ஆண்டு சோஷலிஸ செக்கோசுலோவாக்கியா நாட்டிற்கு அதிபராக பொறுப்பேற்றவர் அலெக்ஸாண்டெர் டுபெக் என்பவர். அவர் மனித உரிமைகள், சுதந்திரம் என நிருவாகத்தில் சீர்திருத்தங்கள் கொண்டுவருகிறார். குந்தெரா பொறுப்பு வகித்த இலக்கிய ஏடொன்றில் வெளிவந்த '2000 சொற்கள்' என்ற தலைப்பிட்டக் கட்டுரை அப்போது பரபரப்பாகப் பேசப்பட்டது. 'தீமையென்று கருதப்படுபவை போராட்டத்திற்குரியவை', 'தங்கள் வாழ்வினை மக்கள் மட்டுமே தீர்மானிக்கவேண்டும்', என்பதான வாசகங்களைக் கண்டு சோவியத் யூனியனின் ஆதிக்கத்திலிருந்த இதர சோஷலிச நாடுகள், 'ஆபத்து" என அலறின. பிராகு

வசந்தம் (Prague Spring -1968) என வரலாற்றில் சித்தரிக்கப்படும், சுதந்திரத்தின் குரல்வளையை நெறித்து, தமது பொம்மை அரசாங்கத்தை சோவியத் யூனியன் அங்கே நிறுவியது. செக்கோஸ்லோவாக்க்கியாவின் வரலாறு இப்பகுதிக்கு முக்கியமல்ல, மாறாக தம்மைச் சுற்றி நடக்கும் சிறுமைகளுக்கு எதிராக குரல் கொடுக்க மிலன் குந்தெரா ஒருபோ- தும் தயங்கியதில்லை என்பது முக்கியம். காம்ரேட்டுகள் அவரது நூல்- களுக்குத் தடை விதித்தனர், அவரது அரசுப்பணி பறிபோனது. 1979ம் ஆண்டு வெளிவந்த அவரது 'Book of Laughter and forgetting, நூலில் சோவியத் யூனியனால் நியமனம்செய்யப்பட்ட அதிபரின் அதிகாரம் கேள்விக்குட்படுத்தப்பட்டது. சகித்துக்கொள்ள விரும்பாத அப்போதைய செக்கோஸ்லோவாக்கியா அரசாங்கம் மிலென் குந்தெராவின் குடியுரி- மைப் பறித்துக்கொண்டதும், பின்னர் நிரந்தரமாக அவர் பிரான்சுக்குப் புலம்பெயர்ந்துவாழ நேரிட்டதும் இலக்கியம் உலகம் அறிந்த செய்தி.

ஜெர்மன் எழுத்தாளரான குண்டெர் கிராஸ்.1999ம் ஆண்டு இலக்- கியத்திற்கான நோபெல் பரிசினைப் பெற்றவர். பின் நவீனத்துவ படைப்- பாளிகளுள் முக்கியமானவர். மேற்கத்திய படைப்புலகத்தை அறிந்தவர் எவருக்கும் நன்கு பரிச்சயமான பெயர். இரண்டாம் உலகபோருக்குப் பின்னர், போரின் அத்தனை கோரத்தையும் எழுத்தில் பொருமித் தள்- ளியிருக்கிறார். கடந்த ஐம்பது ஆண்டுகளாக எழுதிவரும் குண்டெர்- கிராஸ்—டைய பால்ய வயது (தற்போது எண்பது வயது) நாஜிஸத்தின் விபரீத வளர்ச்சியயும், யுத்தகால அவலங்களையும் நேரில்கண்டிருக்கி- றது. பொதுவாக அவரது எல்லா நாவல்களுமே சொந்த அனுபவங்களை வாசகர்களோடு பகிர்ந்து கொள்பவையே. குண்டெர் கிராஸ் நாவல்- களை படிப்பவர்கள், அந்நாவல்களில் வருகிற கதைசொல்லிகளையும் ஆசிரியரையும் பிரித்துணர்வது கடினம் நிஹிலிஸம்(Nihilism) அல்- லது இருப்பின்மையை பற்றாளரான குண்டெர் அல்பெர் கமுய்யின் (Albert Camus) பரம ரசிகர், சாலமன் ருஷ்டியை போற்றுகிறவர். இருவருமே வரலாற்றை குறிப்பாக இருபதாம் நூற்றாண்டின் முக்கிய தடங்களை நாவல்படுத்துபவர்கள் புலம் பெயர்ந்தவர்கள், சொந்த நாடு- களின் சமூகம், அரசியல், மதக்கோட்பாடுகளுடன் தனி மனிதனுக்கு நேரும் உடன்பாடுகள், முரண்பாடுகள் ஆகியவற்றை சொல்ல நினைக்- கிறவர்கள். காலம், வெளி இரு தளங்களையும் பின்னிறுத்தி மனித இனத்தின் செயல்பாடுகளை ஆய்வுசெய்கிறவர்கள், சராசரி மனிதர்-

களாக சார்பற்று எழுதுகிறவர்கள், ஒளிவுமறைவற்று உண்மைகளை பேசுகிறவர்கள். எதார்த்தவாதிகள் ஆதாலால் வெகுசன விரோதிகள். ழான் போல் சார்த்ரு, அல்பெர் கமுய் பிரச்சினையில், பின்னவருக்கு ஆதரவாக நின்றவர் குண்டெர் கிராஸ். இரண்டாண்டுகளுக்கு முன் வெளிவந்த தமது சுயவரலாற்றில் (Peeling the Onion) இளம் வயதில் நாஜி இயக்கமொன்றில் இருந்ததைச் சொல்லப்போக, அவரிட-மிருந்து நோபல் பரிசு திரும்பப் பெறப்படவேண்டும் என்ற குரலெழுந்தது. ஆனால் குண்டெர் கிராஸ் கடுமையான தாக்குதலுக்குள்ளானது இரு ஜெர்மனிகளும் ஒன்றிணந்ததை மையமாக வைத்து எழுதப்பட்டு 1995ம் ஆண்டில் வெளிவந்த Two States One Nation‘, நாவலால். கிழக்கு ஜெர்மனியும், மேற்கு ஜெர்மனியும் இணைந்த பிறகு வெளிவந்த முதல் நாவல் என்பதால் மிகுந்த எதிர்பார்ப்பினை ஜெர்மன் மக்கள் கொண்டி-ருந்தனர். ஆனால் குண்டெர் கிராஸ், திட்டமிடல்கள் ஏதுமின்றி நடந்-தேறிய இணைப்பென்று, ஜெர்மானிய இணைப்பை சித்தரித்திருந்தார். ஸ்பீகெள் என்ற ஜெர்மனியின் புகழ்பெற்ற தினசரி 'Two States and One Nation‘ நாவல் இரண்டாகக் கிழிக்கப்படுவதைப்போல படத்தை வெளியிட்டு 'ஒரு பெரிய எழுத்தாளனக்கு நேர்ந்த தோல்வி‘ எனத் தலைப்பிட்டிருந்தது.

பண்டைநாள் பெருமைபேசி மகிழும் இனத்தாரிடம் நிகழ்கால சிறு-மைகள் மிகுந்திருக்கும்" என உரிமையோடு தமிழினத்தைச் சாடும் புய-லில் ஒரு தோணி நாவலாசிரியர் ப. சிங்காரம் தமிழினத்தின் காவ-லரோ, தமிழினத் தலைவரோ அல்ல ஆனாலும் இனத்தின் எதிர்காலம் குறித்த கவலைகளை தமது எழுத்துகளில் தயக்கமின்றி தெரிவித்தி-ருப்பார். ஒரு தமிழன் இன்னொரு தமிழனை புத்திசாலியென்று ஏற்-றுக்கொண்டதில்லை, தமிழனாக அங்கீகரித்ததில்லை. எனக்கு எல்லாம் தெரியுமென்கிற அகம்பாவமும், சுய நலமும் நமக்கான பிரத்தியேக குணங்கள். ஆரியர் திராவிடர் என்ற பேதத்தில் தமிழினத்தை வளர்த்த-தன் பலனை இன்று அனுபவிக்கிறோம், 'பாசிச பார்ப்பனீயத்திலே‘ பார-தியுமுண்டு, என்றத் தெளிதலில் ஆயிரத்தெட்டுக் கேள்விகள். 'இவரா எழைப்பங்காளர்‘ என்று கேள்வி கேட்பதும், இறந்தவுடன் 'கர்ம வீரரென‘ கண்ணீர் சிந்துவதும் நமக்கான உடல்மொழிகள். தமிழ்நாட்டில் இலங்-கைத் தமிழருக்காகத் தமது கட்சி செய்த தியாகங்கள்(?) பட்டியலை ஒரு தலைவர் வாசிக்கிறார். இன்னொருவர் இவர்கதை தெரியாதா என்-

கிறார். ஓர் அதிசயம் நடந்து இக்கட்டுரையை படிக்கிற நேரத்தில் இவர் அவரைப்போய் சந்திக்கலாம். எதிர்பார்த்ததுபோலவே இனப்படுகொலை- யைக் கண்டிப்பதிலும் தமிழ்த் தலைவர்கள் பிளவு பட்டு நின்றார்கள். நமது தலைவர்களுக்கு எதிரிகள் சிங்களவர்களோ, மகேந்திர ராஜ பக்- சேக்களோ அல்ல, இவர்கள் ஏற்றுக்கொள்ள முடியாத பிற இந்திய இலங்கைத் தமிழ்த் தலைவர்களே எதிரிகள். அப்பாவி தமிழர்களின் தலைவிதியைக்காட்டிலும், ஏதோஒருவகையில் இவர்கள் கடன்பட்டுள்ள இலங்கைத் தமிழ்த் தலைவர்களின் தலைவிதி முக்கியமென்பது தமிழக அரசியல் கட்சிகளின் நடவடிக்கைகளைக் கூர்ந்து பார்ப்பவர்களுக்குப் புரியும். வைகோ உட்பட தமிழகத்திலுள்ள அத்தனைக் கட்சித்தலை- வர்களுக்கும் இலங்கைத் தமிழர்களின் எதிர்காலத்தைக்காட்டிலும் தங்- கள் அரசியல் எதிர்காலம் முக்கியம், தங்கள் கட்சியைக் கடைதேற்றுவது முக்கியம். தலைவர்களுக்கிடையே உள்ளபேதங்கள் சராசரி தமிழரிடத்தி- லும் ஏராளமாக உலகமெங்கும் ஏதோ ஒருபெயரில் இருக்கிறது. பிரான்- சிலும் கூட இடதுசாரிகள், இந்தியத் தமிழர்கள், இலங்கைத் தமிழர்க- ளெனப் பிரிந்து கிடக்கிறோம்.

எனக்குரிய வருத்தமும் கோபமும் நமது தமிழ்த் தலைவர்கள் மீதா- னதல்ல, அறிவுஜீவிகள் என்றுசொல்லிக்கொள்கிற படைப்பாளிகள் மீதா- னது. இக்கட்டுரையை வாசிக்கிறபோது இலங்கையில் எதுவேண்டுமானா- லும் நடந்திருக்கலாம் எழுதுகிறபோது சுகவாசியாய் அமர்ந்துகொண்டு, என்பங்குக்கும் இரண்டுவரிகள்: ஒன்றை, ஒருவரைச் சார்ந்து அல்- லது எதையோ, யாரையோ எதிர்த்து எனது அக்கறையை அல்லது அக்கறையின்மையை சாமர்த்திய மொழியில் வெளிப்படுத்திக்கொள்ள- லாம். பிறகு நிம்மதியாய் எழுந்து, காலையைத் தொடங்கலாம், அலு- வல் பார்க்கலாம், கடைக்குப் போகலாம், பிடித்ததை வாங்கலாம், கறி சமைக்கலாம், வயிறார உண்ணலாம், இரவானால் சம்போகிக்கலாம் அதாவது எனதான கவலையில், எனதான சந்தோஷத்தில் மூழ்கிப்போக- லாம். எனது இனத்தலைவர்களென சொல்லிக்கொள்கிறவர்கள் இதைத்- தான் செய்கிறார்கள் என்கிறபோது எனக்கான விதிமுறைகள் வேறாகவா இருக்க முடியும்.

கலைஞனோ, படைப்பாளியோ தம்மைச் சுற்றி என்ன நடக்கிறதென்- கிற பிரக்ஞையற்று இருக்கமுடியுமா? வாடிய பயிரைக் கண்டபோதெல்- லாம் வாடினேன் என்ற வள்ளலார் எழுதிய தமிழில், நித்தம் நித்தம்

செத்துக்கொண்டிருக்கும் தமிழனுக்கு ஆதரவாக மரபு புதுக் கவிச்சக்கர-
வர்த்திகளும், இன்னபிற நவீன எழுத்தின் பிதாமகர்களும் குறைந்த பட்-
சம் கண்ணீரையாவது சிந்துவார்கள் என்று எதிர்பார்த்தேன். மிஞ்சியது
ஏமாற்றமே. சக எழுத்தாளனையோ சக படைப்பாளியையோ விமர்சித்து
எழுதுவதில் ஆர்வம் காட்டுகிறவர்கள், திரைப்படத் துறையினரைப்போ-
லவே தங்கள் பொருள் போணியாகவேண்டுமென்பதற்காக மட்டும் கைவ-
லிக்க உலகத் தமிழர்களுக்கென்று இலக்கியம் பேசுகிறவர்கள், இலங்-
கைப் பிரச்சினையில் இப்படி மரத்துபோய் எப்படி இருக்க முடிகிறது.
இந்தியர்களாக இருப்போம், ஆனால் தமிழைவைத்து பிழைப்பு நடத்-
துகிறபோது மொழிக்கான விசுவாசம் வேண்டாமா. அரசியல் பிழைத்-
தோர்க்கு அறம் கூற்றாகும் என்றான் இளங்கோவடிகள், இன்றைக்கு
அதுதான் பிழைப்பாகிவிட்டது. காலத்திற்கேற்ப பொருளும் மாறினது-
தான் நிஜம். அரசியல் வாதி மட்டுமல்ல நமது அறிவு ஜீவியும் இன்-
றைக்கு பிழைக்கத் தெரிந்தவன். அவன் பாரதிகாலத்து இளிச்சவா-
யனல்ல, பணம் பண்ண தெரிந்தவன் அல்லது ராஜாதி ராஜமார்த்தாண்ட
வரிசையில் பரிசுகளையும் பட்டங்களையும் பெறும் உத்திகளிலும் தந்-
திரங்களிலும் தேர்ந்தவன். எங்கேபோய் முட்டிக்கொள்வது? கலம்பகம்
வேண்டாமய்யா.. "பாதகர்முன் இந்நாள் பரிசழிதல் காண்பீரோ?" என்று
குரல் கொடுத்த பாரதிக்கான உணர்வுகூடவா நமக்கில்லை?

18

இறப்பும் அனுதாபமும்

―――――― ஸ் ――――――

1977ம் ஆண்டு ஆகஸ்ட்மாதம் 31ந்தேதி ஞாயிற்றுகிழமை வேல்ஸ் இளவரசியான டயானா பாரீஸில் ஒரு கார் விபத்தில் இறக்கிறார். செய்-தியைக்கேட்ட மறுநிமிடம், பிரதமர் பதவியை ஏற்று மூன்று மாதங்களே ஆகியிருந்த நிலையில் அப்போதைய இங்கிலாந்து பிரதமர் டோனி பிளேர் தெரிவித்த அனுதாபச் செய்தி இது: "செய்தியைக்கேட்டு இடிந்-துபோய்விட்டேன். நாமனைவரும், ஏன் நம்முடைய நாடே அதிர்ச்சி-யிலும் சோகத்திலும் ஆழ்ந்திருப்பதாகத்தான் நினைக்கிறேன். பிரிட்டன் மாத்திரமல்ல உலகம் முழுக்க அவரை நேசித்தது, நெருங்கிய நண்பர்க-ளைப்போல அவரது பிரிவால் மக்கள் வாடுகிறார்கள் ஏனெனில் டயானா அன்பும் பரிவும் மிக்க ஓர் அபூர்வமான பெண்மணி"

மற்றொரு நிகழ்ச்சி, கடந்த ஜூன் மாதம் 25ந்தேதி வியாழக்கிழமை மைக்கேல் ஜாக்ஸன் தீடீர் மறைவு செய்தியைக் கேட்டு இசை உலகம் மாத்திரமல்ல பிற மக்களும் கலங்கினார்கள். அன்றைய தினம் முழுக்க வெள்ளை மாளிகை வாய் திறக்கவில்லை, அமெரிக்க மக்கள் இருபத்து நான்கு மணி நேரம் காத்திருக்க வேண்டியிருந்தது. "மைக்கேல் ஜாக்ஸன் ஓர் அபூர்வக் கலைஞன், இசையுலகின் பிரதிநிதி. கேட்ட பாடல்களை-யும், மோடவுனில் நடந்த 25வது ஆண்டுவிழாவில் அவர் நடந்து காட்-டிய 'Moonwalk' ம் என்றும் நாம் நினைவில் கொள்ளக்கூடியது"; என்பது மைகேல் ஜாக்ஸன் இறந்த தினத்திற்கு மறுநாள் அதாவது

வெள்ளிக்கிழமை அன்று வெள்ளை மாளிகையின் பத்திரிகை தொடர்-
பாளர் ராபர்ட் ஜிப்ஸ் கடமைக்காக அமெரிக்க மக்களுக்குத் தெரிவித்த
செய்தி.

'அவரது வெற்றி என்னை பிரம்மிக்க வைக்கிறது, 750 மில்லியன்
இசைதட்டுகள் விற்பனையென்றால் அது அசாதாரணமான காரியமல்ல',
என்பது மைக்கேல் ஜாக்ஸன் திடீர் மறைவு குறித்து என்ன சொல்கி-
றீர்கள் என்று பத்திரிகையாளர்கள் பிரான்சு நாட்டு பிரதமர் பிரான்சுவா
பிய்யோன் என்பவரைச் சூழ்ந்துகொண்டு கேட்டபோது கிடைத்த பதில்.

மேற்கண்ட மூன்று அனுதாபச் செய்திகளிலும் மூன்றுவிதமான
தகவல்கள் இருக்கின்றன: முதலாவது இங்கிலாந்து நாட்டைச்சேர்ந்த
பிரமுகர் ஒருவர் இறக்கிறார் அதற்கு அந்நாட்டின் பிரதமர் அனுதாபம்
தெரிவிக்கிறார். இரண்டாவது அனுதாபச்செய்தியில் அமெரிக்க நாட்-
டைச் சேர்ந்த ஒரு முக்கிய பிரமுகர் திடீர் மரணமடைகிறார். அதற்கு
பிரமுகர் இறந்த இரண்டாம் நாள் அதிபரல்ல, அவரது பத்திரிகை
தொடர்பாளர் இரங்கற் செய்தியை வாசிக்கிறார். மூன்றாவது செய்தியில்
அமெரிக்க பிரமுகர் மரணத்திற்கு ஐரோப்பிய நாடொன்றின் பிரதமர்
தமது கருத்தைத் தெரிவிக்கிறார். இம்மூன்றில் இங்கிலாந்து பிரதமர்
டோனிபிளேர் தெரிவித்த அனுதாபச் செய்தி இயற்கையானது, இயல்பாக
வெளிப்பட்டிருக்கிறது, தயாரிப்பு அல்ல, கிளிசெரின் விடாத அனுதாபச்
செய்தி. இறந்தவரின் 'இன்மை' அவரிடத்தில் பெரிய தாக்கத்தை ஏற்-
படுத்தியிருக்கிறதென்பதை அவரது சொற்கள் தெரிவிக்கின்றன. டயா-
னாவின் மரணச்செய்தியை அறிந்தபோது, அவர் தமது தொகுதியில்
இருந்ததாக சொல்லப்படுகிறது, எண் 10 டௌனிங் தெருவுக்குத் திரும்-
பியதும் அறிக்கை அளிக்கலாம் என்றும் மனிதர் நினைக்கவில்லை.
தமது அலுவலக பத்திரிகை தொடர்பாளருக்காகவும் காத்திருந்ததாகத்
தெரியவில்லை. மாறாக அமெரிக்க அதிபர் மைக்கெல் ஜாக்ஸனுக்காக
வெளியிட்டசெய்தியில் அதிபருமில்லை, ஒபாமா என்ற மனிதருமில்லை.
அமெரிக்க அதிபருக்கு ஆயிரத்தெட்டுப் பிரச்சினைகள் இருக்கலாம்,
மைக்கேல் ஜாக்ஸனின் சொந்த வாழ்க்கையில் கறைகளிருக்கலாம், மர்-
மங்கள் நிரம்பியதாக இருக்கலாம், ஆனால் தம் இனத்தைச் சார்ந்த-
வன் என்பதற்காக வேண்டாம், இசையூடாக அமெரிக்க கறுப்பரினத்தின்
பெருமையை உலகின் மூலைமுடுக்குகளிலெல்லாம் ஒலிக்கச்செய்தது
மைக்கேல் இவருக்கு முன்னோடி என்பதை உணர்ந்தாவது வெள்ளை

மாளிகைக்கான மரபினை உடைத்திருக்கலாம். அப்படியென்ன ஒபாமா மரபுகளை மீறாதவரா?. அவ்வாறே பிரான்சு நாட்டு பிரதமருக்கு பாப் இசையில் மைக்கேல் செய்த புரட்சியோ, அவனது இசை இனம் நிற பேதங்களைக் கடந்து ஜெயித்தது என்பதையோ, எல்விஸ் பிரஸ்லிக்கு அடுத்து உலகின் அனைத்து தரப்பினராலும் கொண்டாடப்பட்ட இசைக்கலைஞன் என்ற உண்மையோ போன்ற ஜாக்ஸனின் வேறு பரிமாணங்கள் நினைவுக்கு வரவில்லை. அவரை பொறுத்தவரை மைக்கேல் ஜாக்சன் என்ற கலைஞனின் பெருமையை 750மில்லியன் இசைதட்டுகள் விற்பனை தீர்மானித்திருக்கின்றன.

ஆந்திர மாநிலத்தின் முதலமைச்சர் இறந்ததும் இந்திய தலைவர்கள் வடக்கு, தெற்கு, கிழக்கு, மேற்கென்ற திசை பேதமின்றி, மாநில பேதமின்றி, கட்சி பேதமின்றி இரங்கற் செய்திகளை வெளியிட்டிருந்தார்கள். அனுதாபச் செய்திகளைக் கொண்டு இறந்த மனிதரிடத்தில் அனுதாபம் தெரிவிப்பர்களின் பிரியம், பக்தி, மரியாதையின் விழுக்காடு எவ்வளவென்று நாம் புரிந்து கொள்ளலாம். அனுதாபச் செய்திகளில் 90 விழுக்காடுகள் சம்பிரதாயச் செய்திகளாக இருப்பதை வாசித்துப் பார்த்த மாத்திரத்தில் உள்வாங்கிக்கொள்ள முடியும். ஆந்திரப் பிரதேச மக்களோ இறந்த முதலமைச்சரின் அமைச்சரவையைச் சேர்ந்தவர்களில் ஒரு சிலரோ, பாராளுமன்றத்தில் காங்கிரஸ் உறுப்பினர்களின் எண்ணிக்கையைக் கூட்டி கட்சிக்கு உயிர்ப்பிச்சை அளித்தமைக்காக கட்சி தலைவர் என்ற வகையில் சோனியாவும், அவர் வழியில் பிரதமர் மன்மோகன் சிங்கும் கண்ணீர் விட்டதில் உண்மை இருக்கலாம், ஏன் அங்குள்ள எதிர்கட்சி தலைவர்களின் கண்ணீருக்குக் கூட காரணங்கள் இருக்கக்கூடும். நாட்டின் பிறபாகங்களிலிருக்கும் தலைவர்களின் அனுதாபசெய்திபற்றி அக்கறை கொள்ள நாம் யார்? தமிழ்நாடென்பதால் உரிமையோடு காரணங்களைத் தேடிப்பார்க்கிறேன். அனுதாபச் செய்திகளெதுவும் சம்பிரதாயச் செய்திகளாக இருந்திடக்கூடாதென்றுதான் பிரார்த்திக்கிறேன்.

பொங்கலுக்குத் தலைவர்கள் வாழ்த்து செய்தி, தீபாவளிக்குத் தலைவர்கள் வாழ்த்து செய்தி, கிறிஸ்துமஸ்—க்கு தலைவர்கள் வாழ்த்து செய்தி, ரம்ஜானுக்கு தலைவர்கள் வாழ்த்து செய்தியென வருடம் முழுக்க இங்கே வாழ்த்து செய்திகளுக்குப் பஞ்சமில்லை, சொற்கள் மாத்திரமல்ல வாக்கிய அமைப்பு, காற் புள்ளி, அரைப்புள்ளி இவைகளெல்லாங்கூட வருடாவருடம் ஏதோ சாபம் பெற்றவைபோல தவறாமல் இடம்

பெறுகின்றன. இவற்றையெல்லாம் நம்முடைய தலைவர்கள்தான் எழுதித் தருகிறார்களா? இல்லை பத்திரிகையாளர்களே போட்டுக்கொள்வார்களா என்ற சந்தேகங்களுமுண்டு. ஆந்திர முதமைச்சருக்கான தமிழக இரங்கற் செய்தியிகளைக் கூர்ந்து கவனித்ததில் அவற்றில் டயானா இறப்புக்கு வருந்திய டோனி பிளேரில்லை மாறாக மைக்கேல் ஜாக்ஸன் இறப்புக்காக சம்பிரதாய வார்த்தைகள் கூறிய அமெரிக்க அதிபரையும், பிரான்சு பிரதமரையுமே பார்க்க முடிந்தது. சில தலைவர்கள் தங்கள் இருப்பைத் தெரிவித்துக்கொள்ள அவ்வப்போது அறிக்கைவிடுவதுண்டு அப்படியொரு சந்தர்ப்பதையும் ஆந்திர முதலமைச்சரின் இறப்பு உருவாக்கித் தந்திருக்கிறதென நினைக்கிறேன்.

இருந்தபோதிலும் மறைந்த முன்னாள் ஆந்திர முதல்வருக்கு நன்றிகூறவேண்டும். ஆயிரக்கணக்கில் அண்டைநாட்டில் தமிழன் கொல்லப்பட்டபோது அவர்களுக்கான அனுதாபச் செய்தியில்கூட ஒன்றுபடாத தமிழ்நாட்டுத் தலைவர்கள் சிலரை தமது அகால மரணத்தின் அனுதாபச் செய்திகளில் அருகருகே பார்க்க முடிந்தென்றால் அதற்கு ஆந்திர முதல்வரின் எதிர்பாராத மரணந்தானே காரணம். நாமெல்லாம் இந்தியர்கள் ஆந்திராவுக்காக கண்ணீர் சிந்தினால் கிருஷ்ணா நீர்வரும், இலங்கைத் தமிழர்களுக்காக சிந்தினால் என்ன வரும்?

19

இந்தியர் நிறவெறி

பிரான்சு நாட்டுக்குக் குடியேறி இருபத்தைந்து ஆண்டுகள் ஓடிவிட்டன. நிம்மதியாய் உறங்கி எழுந்திருக்கிறேன். இனபேதம், நிறவெறி, விபத்து, கொலை, கொள்ளை, ஏமாறுபவர்கள், ஏமாற்றும் கூட்டம் இவைகளெல்-லாம் பிரான்சில் இல்லை என்று எழுதமாட்டேன். இருக்கிறது. ஆனால் இந்தியாவில் என்றென்றும் சாசுவதமாக இருக்கிற பேதங்களின் எண்-ணிக்கையை பார்க்கிறபோது பிரான்சு நாட்டில் அவை ஒருபொருட்டே அல்ல என்பதுதான் உண்மை. பிரெஞ்சு மண்ணில் அவை தினசரி வாழ்க்கையின் அனுபவங்களல்ல, ஏழுகடல் தாண்டி திருப்பாற்கடலி-லிருக்கிற குங்குமச் சிமிழுக்குள் அடைத்துவைக்கப்பட்ட ஜீவன், கற்-பனைக்குக்கூட சுலபத்தில் வசப்படாதது. இத்தனைக்கும் பிறகும் இந்தி-யாவுக்கு வருவது ஒரு பிரார்த்தனை போல நடக்கிறது. எனது உயிர்-வாழ்க்கைக்கான பிராணவாயுவை இந்திய மண்ணில்தான் அடைத்து வருகிறேன். பல நாட்களில் அவசரமாக அங்கபிரதட்சணம் செய்ய நேரிட்டிருக்கிறது. இம்முறை பல அதிசயங்கள் நிகழ்ந்தன. உடலும் உள்-எழும் ஒரு சேர குளிர்ந்தது. அப்பேற்றினை வழங்கியவர் யுகமாயினி ஆசிரியர். திருவாளர்கள் இந்திரா பார்த்தசாரதியையும்; எஸ்.பொ.வையும், திருப்பூர் கிருஷ்ணனையும், கவிஞர் வைத்தீஸ்வ-ரனையும், நரசய்யாவையும், இந்திரனையும், ஷங்கர் நாராயணனையும், மதுமிதாவையும் தமிழ் மகனையும், தேவக்கோட்டை மூர்த்தியையும், திசையெட்டும் பரிசிற்காக வந்திருந்த ஜெயந்தி சங்கரையும் சந்திக்கும் வாய்ப்பு கிடைத்தது. ஆசிரியர் சித்தனுக்கு மிக்க நன்றி. பெரிய குறை

திருவாளர்கள் வெ.சபாநாயகத்தையும், வெங்கட்சாமிநாதனையும் சந்திக்க இயலாமற்போனது.

அமுதசுரபி இதழ் ஏற்பாடு செய்திருந்த நிகழ்ச்சியில் எனது இலக்கிய திசை, படைப்பின் ஆதாரங்கள், கதை மாந்தர்கள், பிறந்த நாடு, புலம்-பெயர்ந்தவன் என்ற வகையில் பிரான்சுநாட்டினைக் குறித்த அபிப்-ராயங்கள், மாற்று கருத்துகள், சமூக அரசியல்கள் ஆகியவற்றைக்கு-றித்தெல்லாம் வந்திருந்த நண்பர்களுடன் பகிர்ந்து கொள்ள முடிந்தது. நிகழ்ச்சிக்குத் தலைமை தாங்கிய மூத்த எழுத்தாளர் திரு எஸ்.பொ. ஒரு கருத்தை வைத்தார். ஆஸ்திரேலியாவில் வாழ்கிற இலங்கைத் தமிழர் 'இருப்பியலின்' மேன்மை குறித்து சிலாகித்த அவர், அங்குள்ள இந்தி-யர்கள்மீது நடத்தப்பட்ட தாக்குதலுக்குக் காரணம் அவர்கள் இலங்கைத் தமிழர்களைப்போலவோ அல்லது பிற குடியேறிகளைப்போலவோ உள்-ளூர் மக்களுடன் இரண்டரக் கலப்பதில்லை என்றபொருள்பட அக்க-ருத்து அமைந்தது. திரு எஸ்.பொ. இந்தியர்களைக் குறித்து எழுப்பிய பிரச்சினைக்கு ஒரு புலம்பெயர்ந்த இந்தியனென்ற தகுதியின் அடிப்-படையில் எனது தரப்பு கருத்துக்களைச் சுருக்கமாகத் தெரிவித்தேன். எனினும் ஆஸ்திரேலியாவில் இந்தியர்மீதான தாக்குதலுக்கு என்ன கார-ணம்? யோசித்தேன். கொஞ்சம் இது பற்றி விரிவாக யுகமாயினி நண்-பர்களோடு பகிர்ந்துகொள்ள விரும்பினேன்.

கடந்த செப்டம்பர் மாதம் பத்தாம் தேதி பிரான்சு நாட்டில் நடந்தது இது. இங்குள்ள உள்துறை அமைச்சர் Brice Hortefeux, செஜ்ன்-னோஸ் என்ற நகரில் தமது கட்சி மாணவரணி ஏற்பாடு செய்திருந்த கோடைவிடுமுறை அமர்வு நிகழ்ச்சியில் கலந்துகொண்டார். அப்போது அவரது கட்சித் தொண்டர்கள் புதிதாகக் கட்சியில் சேர்ந்திருந்த ஓர் அரபு இன மாணவரை அமைச்சருக்கு அறிமுகப்படுத்துகிறார்கள். மாணவரை அருகில் அழைத்த அமைச்சர், " அவர்களுக்கென்று ஓர் அடையாளம் இருக்குமில்லையா அது இவரிடத்திலில்லை", என்கிறார். அருகிலிருந்த அமைச்சரின் அரசியல் கட்சியைச் சேர்ந்த வெள்ளை இன பெண்மணி, "நம்மைப்போல பன்றிக்கறி தின்னமாட்டார், பரவாயில்-லையா?", என சிரித்தபடி கேட்கிறார். அமைச்சர் பதிலுக்கு, "இவரைப்-போல ஒருவரும் நமக்குத் தேவைதான். நிறையபேரென்றால்தான் சங்-கடம், ஒருவர் இருவரென்றால் பிரச்சினைகளில்லை", என்கிறார். அமைச்சரின் இப்பேச்சு ஒரு பெரிய கருத்துப்பூசலை (Polemic)

பிரான்சு நாட்டில் தற்போது உருவாக்கி இருக்கிறது. இடதுசாரி கட்சிகள் அமைச்சரின் பேச்சு இனவெறியை காட்டுகின்றன, எனவே அவர் பதவி-யைத் துறக்கவேண்டுமென வற்புறுத்துகிறார்கள். பத்திரிகைகளும், சஞ்-சிகைகளும், இணைய தளங்களும் ஆதரவாகவும் எதிராகவும் விவாதித்-துக் கொண்டிருக்கின்றன. சம்பந்தப்பட்ட அரபு மாணவர் அமைச்சரின் பேச்சை இனவெறியாகப் பார்ப்பது கேலிக்கூத்து, அவர் அதை வேடிக்-கையாகத்தான் கூறினார், என்று அறிவித்திருக்கிறார். ஆக பிரான்சு நாட்டிலும் அவ்வப்போது இனவெறியும், நிறவெறியும் தமது இருப்பை உறுதி செய்துகொண்டுதான் இருக்கின்றன.

இனி ஆஸ்திரேலிய நிறவெறி பிரச்சினைக்கு வருவோம். "நான் கடைக்குபோனேன், திருப்பிவருகிறபோது ஏன் எதற்கு என்ற கேள்-விகளில்லை என்னிடமிருந்த எந்தப்பொருளையும் பறிக்கவேண்டுமென்ற எண்ணம் அவர்களுக்கில்லை, ஆனாலும் வழிமறித்த இருவரும் என்-னைத் தாக்கினார்கள்", என்றான் ஆந்திரப்பிரதேசத்திலிருந்து ஆஸ்திரே-லியாவுக்குச் சென்று தாக்குதலுக்கு ஆளான இளைஞன். " நாட்டில் நடந்துள்ள தாக்குதல்களில் பாதிக்கப்பட்டவர்களுள் 30 விழுக்காட்டினரே இந்தியர்கள்" என்று தெரிவித்த ஆஸ்திரேலிய போலிசார், அவற்றுள் ஒன்றிரண்டு சம்பவங்களே இனவெறிக்குள் அடங்குமென்றார்கள். ஜூன் ஒன்றாம் தேதி மெல்பர்னில், இந்தியர்களுக்கு எதிரான தாக்குதல்க-ளைக்கண்டித்து அங்கே ஊர்வலமும் நடந்திருக்கிறது. மும்பைவாசி ஒரு-வர் இந்தியர்கள் மீது நடத்தப்படும் தாக்குதல்களைக் கண்டிக்கின்ற வகையில் ஆஸ்திரேலிய தயாரிப்பு பீரை இறக்குமதிசெய்யக் கூடா-தென்றார். அமிதாபச்சன் ஆஸ்திரேலிய பல்கலைக் கழகம் வழங்கவி-ருந்த கௌரவ டாக்டர்பட்டத்தை (டாக்டர் பட்டங்களின் ரிஷி மூலத்-தைக்கூட ஆராயக்கூடாது). வேண்டாம் என்றதாகச் செய்தி.

ஆஸ்திரேலியாவில் இந்தியர் தாக்குதல் என்ற செய்திக்குப்பின்பு அதன் நீட்சியாக ஒரு விவாதத்தை இந்தியர்கள் மேற்கொண்டிருக்க-வேண்டும். பல்கலைக் கழகங்கள், அரசு சாரா அமைப்புகள் சார்ந்த மானுடவியல், சமூகவியல் அறிஞர்கள் இதுகுறித்து ஆர்வம் காட்டி-யிருக்கவேண்டும். இந்தியாவில் இதெதுவும் நடக்கவில்லை. இங்குள்ள செய்தித்தாள்கள் வழக்கம்போல அதைப் பரபரப்பு செய்தியாக்கினார்கள். தாதா வெட்டிக் கொலை, விஜயகாந்த் அறிக்கை, அதிமுகவின் போராட்டம், கருணாநிதி அறிக்கை, நயனாதாராவின் காதல்கள் ஆகிய-

வற்றுக்கிடையில் அதுவும் ஒரு செய்தியாகிப்போனதைத் தவிர்த்து, இந்-
தியர் மனப்பாங்கில் மாற்று சிந்தனைகளுக்கு இப்பிரச்சினை முன்னெ-
டுத்துச்செல்லப்படவில்லை.

தாக்கப்பட்டவர்களில் முப்பது விழுக்காட்டினரே இந்தியர்கள் என்கிற
ஆஸ்திரேலியா அரசாங்கத்தின் அறிக்கையை கூர்ந்து வாசித்து அதில்
இனத் தாக்குதல்களுக்கு ஆளான இந்தியர்கள் எத்தனைபேரென்று
பார்க்கவேண்டும். பிறரென்று சொல்லப்படுகிற 70 விழுக்காடு மக்களில்
இனத்தாக்குதலுக்கு உள்ளானர்கள் எத்தனைபேர்களெனவும் அறியப்ப-
டவேண்டும். வெளிநாட்டினரை பொறுத்தவரை ஆசியமக்களை இரு-
வகையாக பிரித்து வைத்திருக்கின்றனர். சீனா, ஜப்பான் முதலான
நாடுகள் ஒருவகை; இந்தியா, பாகிஸ்த்தான் முதலான நாடுகள் ஒரு-
வகை. அமெரிக்க நாட்டினருக்கும் மேற்கத்தியர்களுக்கும் வெகுசனபுத்தி-
யில் ஆசியர்கள் என்றால் நாமல்ல, பாகிஸ்தானல்ல. அவர்கள் சப்பை
மூக்கும் மஞ்சள் நிறமும் அமையப்பெற்ற மக்களைக் கொண்ட நாடு-
களிலிருந்து வந்தவர்கள். பெரும்பாலானவர்களுக்கு இந்தியா, பாகிஸ்-
தான் போன்ற நாடுகள் ஆசியாவில் உள்ளன என்ற பொது அறிவுகூட
இல்லை. அதுபோலவே பொது புத்தியில் பழுப்புத் தோலினரும், 'சாரி'
அணிந்த அனைவரும் இந்தியர்கள். அவர்கள் பாகிஸ்தானியர்களா-
கவோ, வங்காளதேசத்தவர்களாகவோ, இலங்கை நாட்டவராகவோ
இருக்கலாம் என்கிற யூகத்திற்கு இடமளிப்பதில்லை. ஆகவே உத்தியோக
பூர்வமாக வெளியாகும் தகவல்களைத் தவிர்த்து பிற இடங்களில் கையா-
ளப்படும் இந்தியர்கள் என்ற சொல்லை இந்திய வம்சாவளியினர் என்றே
விளங்கிக் கொள்ளவேண்டும்.

சீனா, ஜப்பான் அல்லது அவர்கள் இனம் சார்ந்த மக்களுக்குத்
தரும் மரியாதையை இந்தியா வம்சாவளியினருக்கு (பாகிஸ்தான், பாங்-
களா தேஷ், இலங்கை..) அமெரிக்கா மற்றும் மேற்கத்திய நாடுகள்
பொதுவாழ்க்கையில் தருவதில்லை என்பது மற்றொரு உண்மை. அதன்
வெளிப்பாடுதான் அப்துல்கலாமைக்கூட சோதனை போடவேண்டுமென்று
அழைத்துப்போனதும், ஷாருக்கானை விசாரணை என்றபேரில் விமானநி-
லையத்தில் காக்கவைத்து தண்டித்ததும். மேற்கத்தியர்களென்றில்லை நம்-
மின மக்கள் என்று நினைத்துக்கொண்டிருக்கிறோமே கறுப்பரின மக்-
கள் அவர்களுக்குங்கூட தாக்குதலுக்கு சுலபமான இலக்குகள் பிரான்சை
பொறுத்தவரை இந்தியர்கள்தான். தென் ஆப்ரிக்காவில் நிறவேற்றுமை

கொள்கை கடைபிடிக்கப்பட்ட காலத்திலிருந்த இந்தியர்களின் நிலைமை, இப்போது தாழ்ந்திருக்கிறதென்கிறார்கள். கறுப்பரின ஆட்சியின் கீழ் இன்றைக்கு முன்னெப்போதும் கண்டிராத நெருக்கடிகளை இந்தியர்கள் சந்தித்துக் கொண்டிருக்கிறார்கள். பிற ஆப்ரிக்க நாடுகளிலும் இந்தியர்களின் வளர்ச்சியை சாதாரண மக்கள் ஏற்பதில்லை. ஆளும் வர்க்கத்தோடு சமரசம் செய்துகொண்டாலன்றி இந்தியர்கள் அங்கே ஜீவிப்பது கடினம். அரபு நாடுகளில் என்ன நடக்கிறது? இந்தியர்கள், பாகிஸ்தானியர்கள், இலங்கையர்களுக்கு தரப்படும் ஊதியமும் சலுகைகளும் (இவர்கள் இஸ்லாமியராக இருந்தாலுங்கூட) அவர்களை நடத்தும்விதமும் அமெரிக்கரோடோ ஐரோப்பியரோடோ ஒப்பிடத் தகுந்ததல்ல. சமச்சீரான கல்வியும், தகுதியும் பெற்றிருந்தும் இந்திய வம்சாவளியினரை அரபு நாடுகள் மேற்கத்தியர்களுக்கு இணையாக நடத்துவதில்லை. எங்காவது ஒன்றிரண்டு உதாரணங்கள் விதிவிலக்காக இருக்கலாம். ஆனால் பெரும்பாலான இந்தியர்கள் நிலைமை அரபு நாடுகளில் பரிதாபமானது. அரபு நாடுகளினும் பார்க்க மேற்கத்தியர்களும் அமெரிக்கர்களும் இந்தியர்களை நடத்துவிதம் பரவாயில்லை என்றே சொல்லவேண்டும்.

இது போன்ற சிக்கல்களுக்கு ஒருவகையில் நாமும், நம்மின் பிரதிபலிப்பான நமது அரசாங்கமும் காரணம். வெளிநாடுகளில் பொதுவாக இந்தியர்களுக்கு எதிராக அல்லது இந்தியர்களைச் சிறுமைப்படுத்தி நடக்கும் சம்பவங்களுக்கோ, வைக்கப்படும் விமர்சனங்களுக்கோ, வெளியிடப்படும் நிழற்படங்களுக்கோ இந்தியத் தூதுவராலயங்களோ இந்திய அமைப்புகளோ தங்கள் எதிர்ப்பை ஒருபோதும் தெரிவிப்பதில்லை. நியாயமாக சட்டத்திற்குட்பட்டே தங்கள் மறுப்பை தெரிவிக்கலாம், செய்வதில்லை. பாகிஸ்தானியர்களை விடுங்கள், இந்தியர்களே காந்தியின் பேரால் அசைவ உணவு நடத்துகிறார்கள். வெளிநாடுகளில் வரிசைகளில் தலையைக் குனிந்துகொண்டு ஒருவர் நின்று கொண்டிருப்பாரெனில் சட்டென்று அவரை இந்தியரென்று சொல்லிவிடலாம். G20 நாடுகள் கூடுகின்றன. கலந்துகொள்ளும் பிரதமர்கள் நிழற்படத்திற்கு நிற்பார்கள். நம் பிரதமரைத் தேடிப்பாருங்கள். ஒரு ஓரமாக நிற்பார், அல்லது அவரைத் தவிர்த்துவிட்டுகூட புகைப்படத்தை எடுத்திருப்பான். இதற்கு பெயர் பண்பு என்றால், நான் சொல்வதற்கு ஒன்றுமில்லை. செல்லா இடத்தில் சினம் காக்கிறோம் அவ்வளவுதான். கூடை கூடையாக முட்டைகளை வீசினாலும், சிரித்துக்கொண்டு தலையைக் காட்டுவோம். வீட்டுக்-

குள் குலைத்து, தெருவுக்கு வந்ததும் அடங்கிப்போகும் குணம் நமக்கு. இந்தியர்கள் தலையில் எவ்வளவு வேண்டுமானாலும் மிளகாய் அரைக்-கலாம் என்பது ஓர் எழுதப்படாத ஒப்பந்தம்.

வெள்ளையர்களை இனவெறியர்கள் நிறவெறியர்களென சொல்வது இருக்கட்டும். இங்கே இந்தியாவில் என்ன வாழ்கிறது. சாகாவரம் பெற்-றுள்ள நம்முடைய சாதிகள் இனவெறியில் சேர்த்தி இல்லையா? இன்ன-மும் குலம் கோத்திரமென்று விளம்பரம் செய்யும் திருமண விளம்பரங்க-ளும், வேட்பாளர் சாதியைச் சொல்லி கேட்கப்படும் வாக்குகளும், தனது சாதியைச் சேர்ந்தவனை மாத்திரம் பணிக்கு அமர்த்தும் நிறுனங்களின் செயல்பாடுகளும், சாதியின் பெயரால் மிரட்டும் சாதிச் சங்கங்களும், சுதந்திரம்பெற்று ஐம்பது ஆண்டுகளைக் கடந்த பின்னரும் தாழ்த்தப்பட்-டவர்களுக்கு எதிராக கட்டவிழ்த்துவிடப்படும் வன்முறையும் இனவெறி-யின் வெளிப்பாடுகளின்றி வேறென்ன? சொல்லப்போனால் மேலை நாடு-களில் இனவெறி என்பது இலைமறைகாயாக இருக்கிறது இந்தியாவில் அது வெளிப்படை.

அடுத்து நிறவெறிக்கு வருகிறேன். இங்கே கறுப்பு நிறத்திற்கு நாம் தரும் மரியாதை என்ன? கறுப்பாக இருக்கிற பெண்களின் திருமணங்கள் தள்ளிப்போவதும், வேலை வாய்ப்புகள் மறுக்கப்படுவதும், திருமணங்கள் நடந்தாலும் கணவன் மற்றும் அவனது குடும்பத்தவரால் துன்புறுத்தப்-பட்டு தற்கொலைக்கு முயல்வதும் நிறவெறியின் விளைவு அல்லாமல் வேறென்ன? சியாமளவண்ணனுக்கே பொன்னவிர் மேனி தேவைப்படுகி-றபோது, நாம் யாரிடம் முறையிடுவது? கறுப்பு நிறபெண்ணின் தோலை சிவப்பாக்கும் கிரீம்களும் லோஷன்களும் வாராது வந்த ஔடதமென்று செய்யப்படும் பிரச்சாரம் சொல்ல வருவதென்ன?அமெரிக்காவிலும் சரி பிற மேற்கத்திய நாடுகளிலும் சரி இயங்குகிற பிரசித்தி பெற்றுள்ள தொலைகாட்சிகளைப் பாருங்கள் இந்திய தொலைகாட்சி சேனல்க-ளையும் பாருங்கள். வெளிநாடுகளில் கறுப்பரின் பெண்களை செய்தி வாசிப்பவராகவோ, நிகழ்ச்சி அறிவிப்பாளராகவோ அல்லது நிகழ்ச்சி நடத்துனராகவோ பார்க்க முடிகிறது. தொலைகாட்சி தொடர்களிலும், திரைப்படங்களிலுங்கூட கறுப்பின் மக்களை பார்க்க முடியும். ஆனால் இந்தியாவில் என்ன நடக்கிறது ஏர் இந்தியாவிலிருந்து- கோலங்கள் தொடர்வரை அது வத்தலோ தொத்தலோ, கட்டையோ குட்டையோ சிவப்பு நிறம் வேண்டுமென அலைவதற்கு என்ன பெயர். சிவப்பாய்

இருப்பவர்கள் சொன்னால்தான் மிராண்டாவையும், ஹார்லிக்ஸையும் தொடுவோம் போலிருக்கிறது. நேற்றும் சரி, இன்றும் சரி அசலான கதையெடுக்கும் இயக்குனர்களென்று சொல்லிக்கொள்பவர்களின் கதை- களில்கூட தமிழ்ப் பெண்கள் சிவப்பாகமட்டுமே வருகிறார்களே அது எப்- படி? இந்திய மக்கள் தொகையில் இந்த இந்திய வெள்ளைக்காரர்கள் விழுக்காடு எவ்வளவு? இந்த அடிமைத்தனத்திற்கு பெயரென்ன?

20

பிள்ளை பிடிக்கும் தொண்டு நிறுவனங்கள்

———— ஐ ————

திராவிடர்களுக்கும் ஆப்ரிக்க மக்களுக்கும் உள்ள உறவு தெரிஞ்-
சதுதான், அதை நாம மறந்தாலும் அவங்க மறக்கமாட்டாங்கண்ணு
நினைக்கிறேன், மூட்டை மூட்டையா டாலரை சுமந்து முதுகு கூன்-
போட்டுவிட்டது கொஞ்சம் இறக்கிவைக்கணும் பங்காளி, உன்னுடைய
வங்கிக் கணக்கைக் கொடு என்று கேட்டு, வாரத்துக்கு நாலு மின்னஞ்-
சலையாவது அனுப்பிவைக்கிறார்கள். எல்லாக் கடிதங்களிலும் பொது-
வாக ஒரு விஷயமிருக்கும், கடிதம் எழுதுகிறவன் கற்பனையா உருவாக்-
கின வங்கியிலே, மில்லியன் கணக்கிலே டாலரை வச்சிட்டு வாரிசில்லாம
ஒருத்தன் செத்துபோனதாகவும், தனித்து உண்ணல் தகாது என்றுணர்ந்த
ஆப்ரிக்க நண்பர், உலகிலுள்ள கோடானுகோடியான மனிதன் முதல்
கிருமி ஈறாக உள்ள ஜீவராசிகளில் நம்மைக் கண்டுபிடித்து(இளிச்ச-
வாயனாக இருக்ககூடுமென்ற நம்பிக்கையில்), பகுத்துண்ண விரும்பு-
வதாகவும், நம்ம அக்கவுண்ட் நெம்பரைக் கொடுத்தா பணமடையைத்
திறந்து விடுவதாகவும் சத்தியம் செய்திருப்பார். இந்திய வம்சாவளி-
யிலே வந்த நமக்கு இராமயனச் சகோதரர்களைக் காட்டிலும், மகா-
பாரதக் கௌரவர்களைத்தான் அனுபவத்தில் பார்த்துக் கொண்டிருக்கி-
றோம், இந்த லட்சணத்தில் ஆப்ரிக்க பங்காளி தானதருமம் செய்ய

முன்வந்தால் சந்தேகம் வரத்தானே செய்யும். அதிலும் அவர்கள் கற்-பனையில் உதிக்கிற வங்கி ஒரு சுவிஸ் வங்கி அல்லது மேற்கத்திய வங்கியாக இருந்தாலும் ஓரளவு நம்பலாம். ஆப்ரிக்க கண்டத்தின் கடன்-களில் ஐம்பது சதவீதத்திற்கு மேற்பட்டத் தொகையை, அந்நாடுகளின் தலைவர்கள்- சர்வாதிகாரிகள்- தங்கள் பெயரிலும், உறவினர்கள் பெயரி-லும் வெளிநாட்டுவங்கிகளில் போட்டுவைத்துள்ளதாக, ஐரோப்பிய ஒன்-றியத்தின் அறிக்கைத் தெரிவிக்கிறது. இதற்கு மேற்கத்திய நாடுகளும் உடந்தை. அவர்கள் நாட்டில் (மேற்கத்திய) விலை போகாதப்பொருட்-களையெல்லாம், மூன்றாம் உலக நாடுகள் தலையில் கட்டுகிறபோது சம்பந்தப்பட்டத் தலைவர்களையும் கவனிப்பது ஊரறிந்த ரகசியம். இந்-தியா போன்ற நாடுகளில் நெல்லுக்கிறைத்த நீர் புல்லுக்கும் போய்ச்-சேருகிறதென்றால், ஆப்ரிக்க நாடுகளில் இறைக்கிற நீரெல்லாம் புல்-லுக்கு மட்டுமே பாய்கிற கொடுமையுண்டு. இங்கிலாந்து தனது நேற்றைய காலனி நாடுகளைக் குறித்து என்ன அபிப்ராயம் வைத்திருக்கிறதோ, பிரான்சைப் பொறுத்தவரை இன்றைக்கும் அவை காலனி நாடுகள்-தான். பிரெஞ்சுக்காரர்களுடைய காலனி ஆதிக்கம் என்பது பதினே-ழாம் நூற்றாண்டில் ஆரம்பித்து இருபதாம் நூற்றாண்டின் மத்திய பகுதி-வரை நீடித்திருந்தது எனலாம். காலனிய நிலப்பரப்பில் பிரிட்டன் மற்றும் ஸ்பெயினுக்கு அடுத்து மூன்றாவது இடத்தையே பிரான்சு பெற்றிருந்-தது. பதினேழாம் நூற்றாண்டில் வட அமெரிக்காவிலும், ஆசியாவிலும் தனது காலனி ஆதிக்கத்திற்கு வேரூன்றிய போதிலும், பிரெஞ்சுகாரர்-கள் பெருமைகொள்ள முடிந்தது பத்தொன்பதாம் நூற்றாண்டின் பிற்ப-குதியிலிருந்து இருபதாம் நூற்றாண்டின் ஆரம்பம்வரை காலனி ஆதிக்-கத்தின்கீழ் கொண்டுவந்த தென்கிழக்கு ஆசிய நாடுகள், வட ஆப்ரிக்க நாடுகள் மற்றும் மத்திய ஆப்ரிக்க நாடுகளால். இன்றைய தேதிவரை குறிப்பாக மத்திய ஆப்ரிக்க நாடுகளைச்(மோரிட்டேனியா, செனெகல், மாலி, சாடு(Chad)...)சேர்ந்த மக்கள், பிரெஞ்சுக்காரர்களென்றால் முகம் சுளிப்பவர்கள் ஆனால் அவர்களின் த¨லைவர்கள் பிரெஞ்சு நிர்வாகத்-திற்கு அடிபணிகிறவர்கள் என்பதற்கு சமீபத்திய உதாரணத்தைச் சொல்-கிறேன்.

'L'Arch de Zoe' என்பது பிரான்சில் 2004ல் தொடங்கப்பட்ட தொண்டு நிறுவனம், நோக்கம் சுனாமியில் பாதிக்கப்பட்ட சிறுவர்களைத் தத்தெடுத்து, அவர்களது கடந்தகாலப் பண்பாட்டிற்குப் பாதகமின்றி

வளர்த்து எதிர்காலத்திற்கு உத்தரவாதமளிப்பது. முதற்கட்டமாக சுமத்ரா-விற்கு அருகில் Banda Aceh என்ற கிராமத்திற்கருகே ஒரு புணர்-வாழ்வு இல்லம் அமைப்பது என்றெல்லாம் அறிவித்தார்கள். இந்-தோனேசியாவிலிருந்து சுனாமியால் பாதிக்கபட்டிருந்த ஓர் அநாதைச் சிறுவனைப் பாரீஸ்—க்கு அழைத்துவந்து அவன் கால்களுக்குச் செய்-யவேண்டிய அறுவைச் சிகிச்சையைச் செய்து செய்தித்தாளிலும் தொலைக்காட்சிகளிலும் இடம்பிடிக்க தொண்டு நிறுவனத்தின் மதிப்பு பிரெஞ்சு மக்களிடையே ஓங்கியே இருந்தது. இந்நிலையில் ஏப்-ரல்(2007) 24ந்தேதியிட்ட தொண்டு நிறுவனத்தின் அறிக்கை டார்பர்(1) உள்நாட்டுப்போரை, ஐக்கிய நாட்டுச் சபை அலட்சியம் செய்து, பல்லாயிரக் கணக்கானவர்கள் படுகொலைக்கு காரணமாகிவிட்-டதென்று குற்றம் சாட்டியது. தொடர்ந்து, அநாதையாக்கப்பட்ட பத்தா-யிரம் சிறுவர்களை அங்கிருந்து வெளியேற்றி, ஐரோப்பா மற்றும் அமெ-ரிக்காவில் மறுவாழ்வுக்கு ஏற்பாடு செய்யப் போவதாகவும், தத்தெடுக்க விரும்பும் குடும்பங்கள் தங்களோடு தொடர்பு கொள்ளவேண்டுமென்றும் அறிவித்தது. பலர் தொண்டு நிறுவனத்தின் போக்கே தவறு என்றார்கள், பல சட்ட சிக்கல்கள் இருப்பதாகத் தெரிவித்தார்கள், பிரெஞ்சு அரசாங்-கமும் தமது 14-6- 2007 அறிக்கையில் Arche de Zoe தொண்டு நிறுவனத்தின் பெயரைக் குறிப்பிடாமல், அதன் நடவடிக்கைகள் அரசின் சட்டதிட்டங்களுக்கு ஒத்ததல்ல என்று அறிவித்தது. ஆனால் அடுத்த-மாதமே- ஜூலையில் வெளியிடப்பட்ட மற்றொரு அறிக்கையில், மனித உரிமை மற்றும் வெளிவிவகாரத்துறை துணை அமைச்சர் Rama Yade டார்பர் அநாதைச் சிறுவர்களுக்கு உதவ விரும்பும் தொண்டு நிறு-வனங்கள் தங்கள் திட்டத்தைத் தெரிவித்தால், அரசு பரிசீலிக்குமென அறிவித்தார், அதன்படி ஆறு தொண்டு நிறுவனங்கள் தங்கள் திட்டங்-களை முன் வைத்தன, அவற்றுள் Arche de Zoe ஒன்று. பிரெஞ்சு அரசாங்கத்தின் தரப்பில் ஆகஸ்டு 3,2007 அன்று மற்றொரு அறிக்கை. இம்முறை தொண்டு நிறுவனத்தினை நம்பி இறங்கும் குடும்பங்கள் எச்-சரிக்கப்பட்டனர்: டார்பர் களத்தில் இருக்கும் இதர அரசு சாரா நிறு-வனங்கள் தொண்டு நிறுவனத்திற்கு ஆதரவாக இல்லை என்பதோடு, பிரச்சினைக்குறிய பிள்ளைகள் அநாதைகளா இல்லையா என்பதை-யும் உறுதிசெய்ய முடியவில்லை என்றும், சூடான் நாட்டுச் சட்ட-மும் தத்து எடுப்பதற்கு ஆதரவாக இல்லையென்பதால் இவ்விஷயத்தில்

மிகவும் கவனமாக நடந்துகொள்வது அவசியமென்றும் வற்புறுத்தியது. தொண்டு நிறுவனம் ஆரம்பத்தில் பணத்தைப் பற்றி பிரஸ்தாபிக்க-வில்லையென்றபோதிலும் 300 குடும்பங்கள் தலா குழந்தையொன்றிற்கு 2400 யூரோவை, டார்பிலிருந்து வெளியிற்கொண்டுவரும் செலவுக்-கென கொடுத்திருந்தார்கள், (தற்போதைய தகவலின்படி கிட்டத்தட்ட 550000யூரோவை தொண்டு நிறுவனம் வசூல் செய்திருப்பதாகச் சொல்-லப்படுகிறது)

2007 அக்டோபர் மாதம் 24ந்தேதி, திட்டமிட்டபடி தத்தெடுத்தக் குழந்தைகளுக்காக ஒரு சில குடும்பங்கள் பிரெஞ்சு விமான தளமொன்றில் காத்திருக்க, கடைசியில் ஏமாற்றத்தில் முடிந்தது. சூடான், சாடு பார்டர் எல்லையில் தொண்டு நிறுவனத்தினைச் சார்ந்தவர்களும் அவர்களுக்கு உதவிய மற்ற ஐரோப்பியர்கள், உள்ளூர் ஆட்கள் நான்கு-பேர் ஆக மொத்தம் பதினேழுபேரை சாடு அரசாங்கம் கைது செய்தது. அவர்கள் விமானத்தில் கடத்த முயன்றதாகச் சொல்லப்பட்ட சிறுவர் சிறுமியர் எண்ணிக்கை 103. இப்பிரச்சினையில் முக்கியமாகத் தெரிந்து கொள்ளவேண்டியது பிரெஞ்சு தொண்டு நிறுவனம் சொல்வதுபோன்று உண்மையிலேயே அவர்களுடைய நோக்கம் அநாதைச் சிறுவர்களுக்குப் புணர்வாழ்வு கொடுப்பதா? அல்லது உள்நாட்டுப்போரால் பாதிக்கபட்டி-ருக்கும் டார்பர் பக்கம் உலக நாடுகளின் கவனத்தைத் திருப்புவதா என்ற கேள்விகள் எழுகின்றன. ஏனெனில் இரண்டுமே உண்மையில்லை, கடத்தப்படவிருந்த சிறுவர்கள் அநாதைகள் இல்லை. குழந்தைகளின் ஏழைப் பெற்றோர்களிடம் உங்கள் குழந்தைகளை ஐரோப்பாவிற்குச் கொண்டு சென்று நன்கு வளர்க்க விரும்புகிறோம், பிறகு திரும்ப அனுப்-பிவிடுவோம் என்றெல்லாம் ஆசை வார்த்தைகளைக் கூறி மயக்கியிருக்-கிறார்கள். தவிர அக்குழந்தைகள் பிரச்சினைக்குறிய டார்பூர் பிரதே-சத்துக் குழந்தைகளும் அல்ல அதன் எல்லையிலுள்ள சாடு நாட்டைச் சேர்ந்த கிராமத்தின் குழந்தைகள்.

வேறு சில சந்தேகங்களும் எழுகின்றன அதாவது ஏன் அக்குழந்-தைகள் சிறுவர் விபச்சாரத்திற்காகவோ அல்லது மனித உறுப்புகளுக்கா-கவோ(தொண்டு நிறுவனத்தின் தலைவர் ஒரு மருத்துவர்), கடத்தப்பட்டி-ருக்கக்கூடாது? அனைத்துக்கும் மேலாக இன்றைய தேதியில் ஐரோப்பிய நாடுகளில் தத்தெடுப்பென்பது இலாபகரமான தொழில் அல்லது வியா-பாரம். இத்தனைச் சந்தேகங்கள் இருப்பதால் தொண்டு நிறுவனத்-

தைச் சார்ந்தவர்கள் தண்டிக்கப்படத்தானே வேண்டும் அதுதானில்லை. சாடு அரசாங்கம் தொண்டு நிறுவனத்தினரை கைது செய்த போது அனைத்துத் தரப்பினரும் அவர்கள் தண்டிக்கப்படக்கூடியவர்கள் என்றே நினைத்தனர். ஆனால் நடந்தது வேறு. இங்கேதான் நான் ஆரம்-பத்தில் குறிப்பிட்டதுபோல ஆப்ரிக்க நாடுகளுக்கேயுரிய பிரச்சினைகள் மூக்கை நுழைக்கின்றன. 1960ம் ஆண்டுவரை சாடு பிரெஞ்சு காலனி-யாக இருந்தது. தற்போதைய அதிபர் பதவியில் ஒட்டிக்கொண்டிருப்பதே பிரெஞ்சு அரசாங்கத்தின் தயவில். எதிர்ப்பாளர்கள் எப்பொழுதெல்லாம் அதிபருக்கு எதிராக கலவரம் செய்து, ஆட்சியைக் கவிழ்க்க நினைக்-கிறார்களோ அப்போதேல்லாம் பிரெஞ்சு அரசாங்கம் தனது படையை அனுப்பி அதிபரைக் காப்பாற்றி வருகிறது. எனவே Arche de Zoe அமைப்பாளர்கள் சாடில் தீர்ப்பு கூறப்பட்டு அங்கே தண்டனையை அனுபவிக்காமல் பிரெஞ்சு சிறைக்குக் கொண்டுவரப்பட்டு, கடைசியில் சாடு அதிபர் கருணையுடன் மன்னிப்பு வழங்க இன்றைக்குச் சுதந்திர பறவைகள். கடைசியில் முத்தாய்ப்பாக ஒரு செய்தி குழந்தைகளைக் கடத்த Arche de Zoe தொண்டு நிறுவனத்திற்கு(?) உதவிய விமானம் பிரெஞ்சு அரசாங்கத்திற்குச் சொந்தமானது.

----

1. மேற்கு சூடானைச் சேர்ந்த பல்வேறு பழங்குடிகளைச் சேர்ந்த பிரதேசம், பலகாரணங்களை முன்னிட்டு 2003லிருந்து அவர்களுக்குள் யுத்தம் நடந்துவருகிறது, அவர்களில் ஒரு பிரிவினருக்கு சூடான் அரசாங்கத்தின் ஆதரவு இருந்துவருகிறது, விளைவு, எண்ணற்றமக்கள் இடம்பெயர்ந்துள்ளார்கள், உயிரிழப்பும் அதிகம். http://en.wikipedia.org/wiki/War_in_Darfur

21

ஆறாவது கதவு

என்ன இருந்தாலும் அந்தக்காலம் போல வருமா? என மூச்சுக்கு முன்-
னூறு தரம் சொல்கிற பெருசுகளை திருப்தி பண்ணனுங்கிறதுக்காகவே
நடந்திருக்கணும். நாள் 24-4-2008, சம்பவம் நடந்த இடம் பிரான்சு
நாட்டின் மேற்கிலுள்ள உலகப் புகழ்பெற்ற மர்செய் துறைமுகப்பட்டினம்.
1930லிருந்து -1960 வரை அமெரிக்காவின் நிழல் உலகத்தை ஆட்-
டிப்படைத்ததில் மர்செய் விருமாண்டிகளுக்குப் பெரும்பங்குண்டு. சிரியா,
துருக்கி, இந்தோ- சீனவிலிருந்து மார்பினை இறக்குமதிசெய்து அதை
ஹெரோயினாக புடம்போட்டு அமெரிக்காவுக்கு அனுப்பிவைத்து தாதாக்-
களுக்கெல்லாம் இலக்கணம் கற்பித்த போல்கர்போன்(Paul Carbon)
விட்ட அம்பில் அமெரிக்கா தூக்கமின்றி தவித்ததும் அப்போதைய
அமெரிக்க அதிபர் நிக்ஸன் கேட்டுக்கொண்டதற்கிணங்க பிரான்சு தீவிர
நடவடிக்கையெடுத்து தாதாக்களை களையெடுத்ததும் வரலாறு. எழுபது-
களில் வெளிவந்து சக்கைபோடுபோட்ட பிரெஞ்சு கனெக்ஷன் திரைப்-
படத்தை எப்போதாவது பார்க்கநேர்ந்தவர்களுக்கு (மர்செய்) ஸ்தல மகிமை
புரியும். அப்பியாச வித்தைக்கு அழிவில்லை என்பது மாதிரி, ஸ்தல
பெருமையைக் காப்பாற்ற அப்போதைக்கப்போது ஏதாவது நடக்கத்தான்
செய்கிறது.

இந்தியச் செய்தித்தாள்கள் இப்போதெல்லாம் தங்கள் நிருபர்களைச்
செய்தி சேகரிக்கவென்று எங்கும் அனுப்பவேண்டாம் என்று நினைக்-
கிறேன்: சாலைவிபத்து, பா.மா.கா எதிர்ப்பு, வைகோ அறிக்கை,
தே.தி.மு.க. கேள்வி, அ.தி.மு.க. ஆர்ப்பாட்டம், மார்க்ஸிஸ்டுகள்

போராட்டம், முதல்வர் கையெழுத்தென்று தலைப்புகளில் அவ்வப்போது சில சொற்களையும், தேதிகளையும் மாற்றிக்கொண்டால் போதும் நாளி-தழ் ரெடி. இதற்கு முந்தைய வியாழக்கிழமை அதாவது 24-04-08 அன்று தமிழ் தினசரியொன்றில் மேற்கண்ட வழக்கமான புலம்பல்களுக்-கிடையே தசாதாவரம் கேசட் வெளியீட்டுக்கு ஜாக்கிசான் வருகை என்-றொரு சுவாரஸ்யமான செய்தி. நிருபர்களிடம் அமிதாபச்சனா யார்? சென்னை தண்ணீரா? வேண்டாம், என்று அவர் திருவாய் மலர்ந்ததாகத் தகவல். அடுத்த மாதம் ஹாங்காங்கில் கொஞ்சம் மாற்றிக் கேட்டா்ல், கமலஹாஸனா யார்? தமிழ் சினிமாண்ணு ஒன்றிருக்கா? என்று அவர் மறுபடியும் ஆச்சரியப்படக்கூடும். தேவையா? திரைப்படப் பாடல் வெளி/யீட்டிலெல்லாம் ஒரு முதலமைச்சர் கலந்துகொள்ளும் அதிசயம் உலகில் வேறெங்காவது நடப்பது சாத்தியமா என்பது இருக்கட்டும், அண்டை மாநிலமான கேரளாவில் சத்தியமாக நடக்காது. ஆனால் பிரான்சில் மர்செய் புறநகரில் கடந்த 24-04-08 நடந்ததாகப் படித்த சம்பவம் அதைவிடக் கொஞ்சம் சுவாரஸ்யமானது:

இரவு எட்டுமணி. விட்டகுறை தொட்டகுறைண்ணு குளிர்காலம் விடாமல் துரத்திக்கொண்டிருக்கும் ஏப்ரல் மாதம், எழுநூறு மீட்டர் நீள-முள்ள கூட்ஸ் இரயிலில் வழக்கம்போல தனியொரு ஆளாக எஞ்-சின் டிரைவர், கைகளை அதன்போக்கிலே அலையவிட்டபடி அமர்ந்-திருந்தார். பாதையில் பிரச்சினையில்லை என்பதன் அடையாளமாக சமிக்ஞை விளக்குகள் பச்சை வண்ணத்தில் கண் சிமிட்டுகின்றன. புறப்-படுவதற்கு முன்னால் அலுவலகத்திற்குச் சென்று தேவையான தகவல்-களை (விதிமுறைகளில் உள்ள புதிய மாற்றம், கடைசி நிமிடத்தில் பாதையில் ஏதேனும் மாற்றமிருந்தால் அதைப்பற்றிய தகவல்கள், ஓட்-டவிருக்கும் இரயில் எஞ்சின் குறித்த தகவல்கள், டேஷ்போர்டு பற்றிய ஆவணங்கள்) ஒரு முறை புரட்டிவிட்டு, கையில் எடுத்துக்கொண்டுதான் புறப்பட்டிருந்தார். இன்னும் முப்பது கி.மீ தூரம் ஓடினால் வேலை முடிந்-தது, வழக்கம்போல அலுவலகத்தில் கையிலிருப்பதை ஒப்படைத்துத்து-விட்டு, ஸ்டேஷனின் காத்திருக்கும் சமீபத்திய காதலியை ஆரத்தழுவி அவசரமாய் ஓர் இருபது சதவீத காதலை வெளிப்படுத்திவிட்டு மற்றதை உறங்காமலிருந்தால் பின்னிரவுக்கு வைத்துக்கொள்ளலாம் என்று திட்-டம். இரண்டு வாரமா எதிர்பார்த்துக்கொண்டிருக்கேன், என்னை மறந்தி-

டாதய்யாண்ணு, சின்னவீடு கைப்பேசியில் குறுஞ்செய்தி அனுப்பியிருத்த சந்தோஷம் மனசிலும் உடம்பிலும் எக்குத்தப்பா என்னென்னவோ பண்ணுது. வண்டியின் வேகம் நிதானத்திற்கு வந்திருந்தது. தூரத்தில் நிலவொளியில் தண்டவாளத்தில் நிழலாய் ஏதோ கிடக்கிறது, மனப்பிராந்தியோ என்று ஒதுக்கினார், ஆனால் நெருங்க நெருங்க பொதியாய்க் கிடந்த நிழலுக்கு, வடிவம் கிடைத்திருந்தது. மரக்கட்டைகளும், உலோகங்களும், தண்டவாளத்தின் குறுக்கே கிடக்கின்றன. மூளை விடுத்த எச்சரிக்கையை, கைகள் புரிந்துகொண்டு எஞ்சினை நிறுத்த ஒரு சில வினாடிகள் பிடித்தன. எஞ்சினை விட்டு இறங்கிய ஓட்டுனர் அதே அவசரத்துடன் எஞ்சினுக்குள் ஏறி கதவை அடைத்துக்கொள்ள வேண்டியிருந்தது. காரணம் தண்டவாளத்துக்கருகே காத்திருந்த கொள்ளையர் கும்பல். ஷோலே காலத்து கொள்ளையர்பாணி. தகவலைச் சம்பந்தப்பட்டவர்களுக்குத் தெரிவித்துவிட்டு உயிரைக் கையில் பிடித்துக் கொண்டு(?) காத்திருந்தார். வந்த கும்பல் மளமளவென்று காரியத்தில் இறங்கியது. முதலாவது கண்டெய்னரின் பூட்டை உடைத்தார்கள், கதவைத் திறந்தார்கள் ஒன்றுமில்லை; இரண்டாவதின் பூட்டை உடைத்தார்கள், கதவைத் திறந்தார்கள் ஒன்றுமில்லை; மூன்றாவதின் பூட்டை உடைத்தார்கள், கதவைத் திறந்தார்கள், ஒன்றுமில்லை; நான்காவது; ஐந்தாவது...ம்; இதென்னடா சோதனைண்ணு இஷ்டப்பட்டத் தெய்வங்களை வேண்டிக்கொண்டு ஆறாவது கண்டெய்னரின் பூட்டை உடைத்து கதவைத் திறந்ததில் அவர்களுக்குக் கிடைத்த தகவல்படி இருக்கவேண்டிய எலெக்ற்றானிக் பொருட்கள் இல்லையாம், இரவு நேரத்தில் கடவுள்மார்களின் நித்திரையைக் கலைத்ததின் பலனோ என்னவோ, இங்கே பரியை நரியாக்கிய கதையாக எலெக்ற்றானிக் பொருட்களுக்குப் பதிலாக அத்தனையும் தலையணை உறைகள்-ஏமாற்றம். தகவல் கிடைத்து போலீஸ—ம் வந்துவிட, காரில் ஏறி கொள்ளையர் கூட்டம் பறந்திருக்கிறது. நம்ம கூட்ஸ் டிரைவர் ஒரு மணி நேரம் கழித்து வண்டியை எடுத்துபோய் நிறுத்தவேண்டிய இடத்தில் நிறுத்தி, மற்ற அலுவல்களையும் முடித்துவிட்டு காதலியைத் தேடி அலுத்துபோனது குறித்து வேண்டுமானால் ஒரு கதையாக்கலாம். ஆனால் கொள்ளையர்கள் எதிர்பார்த்த கூட்ஸ்வண்டி அடுத்த அரைமணி நேரத்தில் எலெக்ற்றானிக் பொருள்களுடன் அவர்கள் காத்திருந்த பாதையிலேயே போயிருக்கிறது.

உலகமெங்கும் விலையேற்றம் இன்றைக்கு விபரீத பரப்பில் கால் வைத்திருக்கிறது. நடுத்தரவர்க்கம் ஏழைகளாகவும், ஏழைகள் தரித்திரர்களாகவும் உருமாற்றம் பெறுவதற்கு உலகமயமாக்கம் தன்னாலான கைங்கர்யத்தைச் செய்துவருகிறது. மேற்கண்ட மர்செய் கொள்ளை முயற்சியைப் படித்தபோது உலகமயமாக்கலை நினைத்துக்கொண்டேன், அதுகூட அப்படித்தான். இப்படி எதையோ எதிர்பார்த்து கொள்ளை அடிக்கவந்தவர்கள் ஏதேதோ கதவுகளைத் திறந்துப்பார்த்து ஒன்றும் கிடைக்காமல் ஏமாந்து நிற்கிறார்கள், சரி ஆறாவது கதவு? கடைசியில் சொல்கிறேன். முதன் முதலில் உலகமயமாக்கல் என்ற சொல்லை உருவாக்கியவர்களின் மனதில் வேறு கனவுகள் இருந்தபோதிலும் உலகில் ஒரு மூ¨லையில் இருக்கிற மனிதனின் அறிவும், செயல்பாடுகளும், மறுகோடியில் இருக்கிற மனிதனின் தேவைகளுக்குப் பரஸ்பரம் உதவிக்கொள்ளக்கூடுமென்று உத்தரவாதம் அளித்தனர். அதன் இயங்கு துறைகளென்று அரசியல், பொருளாதாரம், கலை பண்பாடென்று சித்தரிக்கப்பட்டது. உண்மையில் உலகமயமாக்கல் மூலம் தாங்கள் சிம்மாசனத்தில் அமரலாம் என்று மனப்பால்குடித்த மேற்கத்தியர்களும், அமெரிக்கர்களும் கன்னத்தில் கைவைத்துக்கொண்டு சோர்ந்திருக்கின்றனர். இதில் இலாபம் பெற்றது சீனா. உலகமயமாக்கல் மூலம் உலகச்சந்தையை வளைத்துப்போடலாம் என்று கனவுகண்ட மேற்கத்திய மற்றும் அமெரிக்க பணமுதலைகள், கம்யூனிஸ போர்வையில் சீனாவென்ற ஒற்றை முதலாளித்துவம் விஸ்வரூபமெடுக்குமென்று எதிர்பார்க்கவில்லை. இந்தியாவைப் போலவே சீனாவின் உற்பத்திக்கூலி அதாவது அதிர் பங்கேற்கும் மனித சக்திக்கான ஊதியம் உலக அளவில் மிகக்குறைவானது. இந்தியாவில் ஏரியில் தூர் வாரவேண்டும் என்றால் கூட அதற்கு எதிர்ப்பு தெரிவித்து சாலை மறியல் நடத்தும் மக்களைப் பார்க்கிறோம். ஆனால் கிட்டத்தட்ட 1.3 மில்லியன் மக்களை வெளியேற்றவேண்டிய கட்டாயத்தில் உருவாகும் சீன நாட்டின் Three Gorges அணைக்கு எதிராக ஒரு காக்கை குருவி கூட அங்கே எதிர்ப்புத் தெரிவிக்கவில்லை. அதற்குப் பேருதான் கம்யூனிஸ சுதந்திரம். சீனாவில் அரசாங்கம் தீர்மானித்ததுதான் ஊதியம், கொடுப்பதுதான் கூலி, தவிர எல்லா கம்யூனிஸ்டு நாடுகளையும் போலவே வளர்ந்து வரும் நாட்டின் சுபிட்சங்களை அனுபவிக்கிறவர்கள் ஏழை சீனர்கள் அல்லர், கட்சித் தலைமையின் உறவினர்கள். சீன அரசாங்கத்திடம் பொதுவுடமை பேரால் குவிந்திருந்த தேசியச் சொத்-

துக்களை, முதலாளித்துவ கட்டமைப்புக்கு எழுதிகொடுத்தபோது சீன அரசே ஒரு இராட்சத முதலாளியாக அவதாரமெடுத்தது. தவிர பசுத்-தோல் போர்த்திய புலியின் இப்புதிய அவதாரம், இதுவரை அரசின் பொறுப்பில் வைத்திருந்த மக்களுக்கான நலத்திட்டங்களைச் சுலபமாக அலட்சியப்படுத்த முடித்தது, தவிர மக்களின் வாழ்வாதாரத்திற்குச் செல-விட்ட தொகையும் மிச்சமானதால் பெரும் மூலதனங்களைக் குவித்துக்-கொண்டு, புது பெருச்சாளி பழைய பெருச்சாளியை மிரட்டுகிறது. இன்-றைக்கு உலக அளவில் அந்நிய முதலீட்டில் முதலாவது நாடாக சீனா இருப்பதாகச் சொல்லப்படுகிறது. G7 நாடுகள் மூலதனங்களை ஆற்-றில் போடலாமா? கடலில் கொட்டலாமா? என அலைந்துகொண்டி-ருக்க, நவீன தொழில் நுட்பம் சார்ந்த உலகச் சந்தையின் விலையையும், மேற்கத்திய மற்றும் அமெரிக்க தொழிற்சாலைகளின் தலைவிதிகளையும் தீர்மானிப்பவையாக இன்றைக்கு ஆசிய நாடுகள், அதிலும் புற்றீசல்-போல உலகச்சந்தையை மொய்க்கும் டூப்ளிகேட் சீனப்பொருட்களோடு விலையில் போட்டியிட இயலாமல் மேற்கத்திய தொழில்கள் முடங்கி-வருகின்றன. மக்களின் வாங்கும் சக்தி குறைந்திருக்கிறது. விலைவாசி முன்னெப்போதும் இல்லாத அளவிற்கு 30லிருந்து 40 சதவீதம் கூடியி-ருக்கிறது. உணவுப்பொருட்களை யாசகமாகப் பெற தொண்டு நிறுனன்-களில் வாசலில் காத்துக்கிடக்கும் மக்களின் எண்ணிக்கை சமீபகாலங்க-ளில் மேற்கத்திய நாடுகளில் அதிகரித்து வருகிறது.

சரி.. அமெரிக்க மற்றும் மேற்கத்திய முதலாளித்துவ கொள்ளையர் திறந்த ஆறாவது கதவைப்பற்றி சொல்லலையே. அது வேறொன்று-மில்லை, குறைந்த ஊதியத்தில் இந்தியா மற்றும் சீனா உடபட உலக நாடுகளில் கிடைக்கும் மனித சக்திகளால் ஓரளவு இலாபம் பார்ப்பது. ஆனாலும்...ம். உலகமயமாக்கல் சொப்பனத்திற் கண்ட அரிசி சோற்றுக்-காகாதென்றுதான் நினைக்கிறேன்.

22

சுதந்திரம் சமத்துவம் சகோதரத்துவம்

Liberté? -Oui, Egalite? - Oui, Fraternité?.......

செவ்வியொன்றிற்கு எமெ செசேர் அளித்தப் பதிலைத்தான் மேலே குறிப்பிட்டிருக்கிறேன். பிரான்சு நாட்டில் சுதந்திரமும் சமத்துவமும் இருக்கிறதென்றாவது ஒரளவு திருப்திபட்டுக்கொள்ளலாம் (அவர் Oui- ஆம்- என்று சொல்லியிருந்தாலும் அதனை உச்சரித்தவிதமும், பார்- வையில் தெறித்த எரிச்சலும் வேறாக இருந்தது) ஆனால் சகோ- தரத்துவம் என்ற சொல்லுக்கான பொருள் இங்கே கேள்விக்குறியாக இருக்கிறது என்பதுதான் அவர் சொல்ல வந்ததற்கான பொருள். எமெ செசேர் சமகால பிரெஞ்சு கவிஞர்களில் மிகமுக்கியமானவர், மிகை யதார்த்தவாதி, கவிஞர் ஆந்த்ரே பிரெத்தோனுக்கு நெருங்கிய நண்பர். Negritude என்ற சொல்லைப் படைத்தவர். உலகெங்குமுள்ள கறுப்பி- னமக்களின் ஏகோபித்த சுதந்திரமூச்சு. கடந்த ஏப்ரல் மாதம் 17ந்தேதி பிரான்சு நாட்டிற்குச் சொந்தமான கடல்கடந்த பிரதேசங்களில் ஒன்றான மர்த்தினிக் பிரதேசத்தில் -அவர் பிறந்த இடத்தில் உயிர் பிரிந்தபோது, பிரான்சு நாட்டின் ஜனாதிபதி, பிரதமர் அமைச்சர்கள், எதிர்கட்சி பிரமு- கர்கள், படைப்பாளிகள், பிறதுறை சாரந்த விற்பன்னர்களென பலரும் கண்ணீர் சிந்தினர், நாடுமுழுக்க துக்கம் அனுசரிக்கப்பட்டது. வழக்- கம்போல சிந்திய கண்ணீரில் முதலைகளுக்கும்(எங்குதானில்லை) பங்- குண்டு- யார் மனிதர் எவை முதலையென்பது பரம்பொருள் அறிந்த

ரகசியம் - ஆமென்.

கரீகத்திலும் பண்பாட்டிலும் வளர்ந்திருப்பதாக மனித இனம் மார்தட்-
டிக்கொள்ளும் இந்த நூற்றாண்டிலும், ஆதிக்கமும், அதிகாரமும்- திக்-
கற்ற பல மனித சமூகங்களின் மண்ணோடும், உணர்வோடும் இசைந்த
வாழ்வியல் நெறிகளை, விழுமியங்களை ஓசையிடாமல் அழித்துவரு-
கின்றன என்பது உலகமறிந்த உண்மை. அவை காப்பாற்றப்படவேண்-
டுமெனக் குரல் எழுப்புகிறவர்களும் இல்லாமலில்லை. கவிஞர் எமெ
செசேர், ஒடுக்கப்பட்டவரினம், தம் மரபுகள் குறித்ததான மதிப்பீட்டில்
நியாயமான அணுகுமுறையை வற்புறுத்தியவர். ஆக அவரது கவிதை,
மற்றும் அரசியல் பங்களிப்பென்பது அவர் பிறந்த மண் சார்ந்தது, அதன்
பண்பாட்டு உணர்வுகளால் வடிவமைக்கப்பட்டது. 'நான் ஒரு கறுப்பன்,
கறுப்பன் என்று சொல்லிக்கொள்வதில் பெருமை கொள்கிறேன்', என்ற-
வர்.

"எனது நீக்ரோகுணம்

ஒரு பாறையோ அல்லது பகற்பொழுதின் கூக்குரலைக்

காதில் வாங்காதவொரு ஜடமோஅல்ல

எனது நீக்ரோகுணம்

குருட்டு பூமியில் விழுகிற அமில மழையுமல்ல

எனது நீக்ரோ குணம்

உயர்ந்த கோபுரமுமல்ல

பெரிய தேவாலயமுமல்ல

அது பூமியின் செங்குருதியிற் தோயும்

அது வானில் கஞ்சாப்புகையில் மூழ்கும்

பொறுமையினாலுற்ற பொல்லாங்குகளை

இனங் கண்டிடும்..." (Le cahier d'un retour au pays natal)

எனத் தொடரும் இக்கவிதை அவரது மிக முக்கியமான படைப்புகளி-
லொன்று.

எமெ செசேரைக் கூடுதலாகத் தெரிந்துகொள்ள அவர் பிறந்த மர்த்-
தினீக் பிரதேசத்தினைப் புரிந்துகொள்ளவேண்டும். மர்த்தினீக் பிரான்சு
நாட்டிற்குச் சொந்தமான நான்கு கடல்கடந்த பிரதேசங்களில் ஒன்று,
இதர பிரதேசங்கள்: குவாதுலூப், பிரெஞ்சு கயானா, ரெயூனியோன்.
இவற்றை நேற்றுவரை DOM-TOM(1) என்று அழைத்து வந்தவர்கள்
சமீபகாலமாக DOM-ROM (2)ou DROM என்றழைக்கிறார்கள்.

பெயரிலும், அரசியல் சட்டத்திலும் கொண்டுவந்த மாற்றங்கள், அம்-
மண்ணின் பூர்விகக் குடிகளின் வாழ்க்கையில் ஒளியேற்றியதா என்றால்
இல்லை. இங்கே வருடமுழுக்க சூரியனுண்டு மக்களின் வாழ்க்கையில்-
தான் சூரியனில்லை. மேற்குறிப்பிட்ட நான்கு பிரதேசங்களும் பிரெஞ்சு
ஏகாதிபத்தியத்தின்கீழ் காலனிகளாக இருந்தவை, பிற காலனி நாடுகள்
விடுதலை அடைந்தபோதும், கறுப்பின மக்களைப் பெரும்பான்மையி-
னராகக் கொண்ட இப்பிரதேசங்களை விடுவிக்காமல் பிரான்சு அரசு
சொந்தமாக்கிக்கொண்டதற்கு முக்கிய காரணம் பூளோக ரீதியிலான
அவற்றின் அமைப்பு. பிரதான பிரதேசத்திற்கு(Metropole)(3) அரசி-
யல், பொருளாதாரம், ராணுவம் என பல முனைகளிலும் இலாபத்தை
ஈட்டித் தருகிறது. குறிப்பாக அட்லாண்டிக், பசிபிக், இந்தியபெருங்க-
டலென்று சிதறிக்கிடக்கிற பல்லாயிரக்கணக்கான மைல்களைக்கொண்ட
கடற்கரைப் பிரதேசங்களைப் பயன்படுத்திக்கொண்டு அணு ஆயுத
சோதனைகள் நடத்தவும், வலிமை மிக்க கடற்படையை அமைத்துக்-
கொள்ளவும், உலக நாடுகளின் அரசியலை அருகிலிருந்து மோப்பம்
பிடிக்கவும் முடிகிறது. பொருளாதார இலாபங்களும் கொஞ்ச நஞ்சமல்ல.
உலகில் சுற்றுலாத் துறையை மட்டும் நம்பி ஜீவிக்கிற நாடுகள் பல.
அவற்றிற்குப் போட்டியாக இருக்கும் இப்பிரதேசங்கள்(DROM),
பிரான்சு நாட்டுக்கு கொடுப்பது அதிகம், கொள்வது குறைவு. உலக-
மெங்கும் சுதந்திரம் சுதந்திரம் என்ற குரல் கேட்கிறதே, இங்கே என்-
னவாயிற்று என்ற சந்தேகம் எழலாம், "வெள்ளைக்காரனே தேவலாம்",
என்று சொல்ல இந்தியாவிற் கேட்கிறேன். அப்படியான மன நிலை-
யிற்தான் இவர்களைப் பிரெஞ்சு அரசாங்கம் வைத்திருக்கிறது. நிறைய
பிரெஞ்சுக்காரர்களை அதாவது வெள்ளைத்தோல் மனிதர்கள் இப்பிரதே-
சங்களில் குடியமர்த்தப்பட்டிருக்கிறார்கள்- பெரும் முதலாளிகள் இவர்-
கள்தான், ஓய்வு நேரங்களில் அவர்கள் அரசியலும் பார்க்கிறார்கள்,
உள்ளூர் மக்கள் அவர்களுக்குத் தொண்டர்களாக இருக்கிறார்கள். ஒன்-
றிரண்டு உள்ளூர் தலைவர்களும் உண்டு. தீமிதிக்கிற காவடி எடுக்கிற
இந்திய வம்சாவளியினரையும் சேர்த்து பல்வேறு இனத்தவர்கள் கலந்து
வாழ்கிறார்கள், உணர்வால், பண்பாட்டால் வேறுபட்ட மக்களை மேய்க்-
கச் சுலபமாக முடிகிறது. உதாரணமாக பிரெஞ்சுக் கயானாவில் தென்
அமெரிக்காவிலுள்ள அத்தனை இனத்தவர்களும் இருக்கிறார்கள், ரெயூ-
னியனை எடுத்துக்கொண்டால் ஆப்ரிக்கர்கள், வெள்ளையர்கள், சீனர்-

கள், வட இந்தியர்கள், தமிழர்கள், இந்திய முஸ்லீம்கள்- பிறபகுதிக-ளிலும் அதுதான் நிலைமை, கூடுதலாக வியட்நாம், இந்தோனேசியா, மடகாஸ்கர் மக்களையும் சேர்த்துக்கொள்ளலாம். தவிர பிரான்சு அரசு நிர்வாகப் பிரதேசங்களையும் தந்திரமாக கலைத்துப் போட்டு ஆள்கிறது. ஆப்ரிக்க இனத்தவரான பூர்வீகமக்களுக்குக் குடியும் கூத்தும் வேண்டும், தங்குதடையின்றி கிடைக்கிறது, இப்பிரதேசங்களுக்கு அதிகச் சுதந்திரம் கொடுக்கப்பட்டிருக்கிறதென்பதெல்லாம் கண்துடைப்பே. பிரான்சிலுள்ள இதரப் பகுதிகளோடு ஒப்பிடுகிறபோது இங்குள்ள அவலம் விளங்கும்: ஐம்பது விழுக்காட்டிற்குக் கூடுதலான மக்கள் வறுமையில் இருக்கிறார்-கள். மருத்துவ அடையாள அட்டையான -Carte Vitalஜ - மர்த்தினீக் வாசி அறிந்ததில்லை. பிராதான பிரதேசத்தில் ஏழைகளுக்கான மருத்து-வச் செலவு(Couverture Medicale Sociale) முழுக்க முழுக்க அரசு சார்ந்தது, இப்பிரதேச மக்களுக்கு பட்டைநாமம். பிரெஞ்சு மெட்ரோபோ-லில் (Mainland) குறைந்த பட்ச தனி நபர் ஊதியம் 1300 யூரோ என்றால், இங்கே 600 யூரோ...உணவுப் பொருட்களுக்கான விலை-கள் சராசரி Dom-Tom வாசியால் தொடமுடியாதவை. எல்லாவற்றிற்-கும் மேலாக இப்பிரதேசங்களைச் சேர்ந்தமக்கள் அரசியல் சாசனப்படி பிரெஞ்சு குடிமக்கள், ஆனால் மெட்ரோபோலுக்கு அதாவது பிரதான பிரான்சு நாட்டுக்குள் நுழைகிறபோது அவர்களும் வேறு நாடுகளிலிருந்து பிரான்சுக்குப் பிழைக்கவந்த மக்கள்போலவே நடத்தப்படுகிறவர்கள்.

பிரெஞ்சு காற்பந்தாட்ட முன்னணி வீரர்களில் ஒருவரான லிலியாம் துராம் ஒரு முறை சொன்னது, " எங்கள் பிரதேசத்தில் இருக்கிறபோது பிரெஞ்சுக் காரன் என்ற நினைவுடன் இருந்தேன், ஆனால் மெட்ரோ-போலுக்கு வந்ததும் அந்நியனாக உணருகுகிறேன்".

----

1. Departement d'outre-mer - Territoire d'outre-mer.

2. Depaartment Region d'outre-mer

2. Metropole - Mainland

23

மடைமை

"முச்சந்தி காத்தானும் உண்டா - இதை
       முணுமுணுப்பது நேரில் கண்டா?
       பச்சைப் புளுகெல்லாம் மெய்யாக நம்பிப்
       பல் பொருள் இழப்பார்கள் மடைமை விரும்பி".

என்று பாரதிதாசன் போன்ற பகுத்தறிவுவாதிகள் தீர்மானித்திருக்கிற
மடைமைவேறு, அதற்குள் நுழைய எனக்கு விருப்பமில்லை. கழகச் செந்-
தமிழ் அகராதி 'மடம்' என்றால் அறியாமை, அழகு, மென்மை, இணக்-
கம், இளமை என்றும்; 'மடைமை' என்றால் அறிவின்மை, கபடின்மை
என்றும் விளக்கம் கொடுக்கிறது. சிறுவயது மடைமைகளை கபடின்மை-
யென அங்கீகரிக்கும் உலகம், அவற்றையே பெரியவர்கள் செய்கிற-
போது ஏற்பதில்லை, நிராகரிக்கிறது; கொண்டாடுவதில்லை, விமர்சிக்கி-
றது. அசட்டுத் தனம், கோமாளித்தனம், மட்டித்தனம், அறிவுகெட்டத்-
தனம், புத்திகெட்டத்தனம், முட்டாள்தனம் என்றெல்லாங்கூட மடைமையை
அழைக்கிறார்கள். பிறகு சற்றேரக்குறைய இதே பொருளை தருவது-
போல தோற்றம் தருகிற பாமரம்,அவிவேகம், புத்தி தாழ்ச்சி, புத்தியீ-
னம், மதியீனம், என்றேல்லாம் சொற்களை அறிந்திருக்கிறோம். ஆனா-
லும் முதல் வகைச் சொற்களுக்கும், இரண்டாம் வகைச் சொற்களுக்கும்.
பேதங்கள் உண்டு, அவை நுணுக்கமாக அறியப்படவேண்டியது. முதலி-
னத்தைச் சேர்ந்த சொற்கள் அவற்றைச் செயல்படுத்தும் கர்த்தாக்களின்
அறிவை, அனுபவத்தைக் கேள்விக்கு உட்படுத்துவதில்லை. அறிவா-
ளிகள், மேதைகள், புத்திசாலிகள், அனுபவசாலிகள் எனச்சொல்லப்-

டுகிற அனைவரும் தற்செயலாகவோ, ஆராயமலோ கணத்தில் எடுக்-
கும் முடிவானது மடமையெனில்; பிந்தையது அறிவின்மையால் வருவது,
ஒரு கருத்தை அல்லது செய்தியை வாங்கிக் கொள்ளும் தன்மையற்-
றது; முன்னது தற்காலிகமானதென்றால் பின்னது நிரந்தரமானது. தமிழில்
'குறிப்பறிய மாட்டாதான்' என்றெல்லாம் வருகிறவர்கள் அறிவீன ரகத்-
தினரே. சிறுபிள்ளைத்தனம் அறிவாற்றலில் குறைந்ததுமல்ல, அடக்கமா-
னதுமல்ல, முந்திக்கொள்ளும் குணங்கொண்டது, நான் இங்கே இருக்கி-
றேனென குரல் கொடுப்பது.

இளம்பிள்ளைகளின் மடமையைக் குறும்பு என்று அழைக்கிறோம்,
இலங்கைத் தமிழர்கள் குழப்படி என்கிறார்கள். "இன்னொருநாள் உப்-
பிடித்தான் கோயில் திருவிழா நெரிசல்ல, 'அம்மா அப்பான்ர சைக்கிள்
டைனமோவைக் களவெடுத்தது இந்த மாமா தான்', - என்று நான்
கத்திட்டன்.அவருக்கு ஒரு மாதிரிப் போட்டுது.அம்மாக்கு ஏன்தான்
என்னை கோயிலுக்குக் கூட்டிக் கொண்டுவந்தம் என்று ஆயிடுச்சு.
என்னைக்.கோயிலுக்குள்ள கூட்டிக்கொண்டே போய் இறுக்கி நுள்ளி
விட்டா", என்று வலைப்பூவில் 'சிநேகிதி' என்ற பெயரில் இலங்கைச்
சகோதரி ஒருவர் எழுதியிருந்ததை வெகுவாக ரசித்து வாசித்திருக்கி-
றேன். "அம்மா, ஈ விழுந்த காப்பியைத்தானே அங்கிளுக்குக் கொடுக்கச்
சொன்ன?", என்றோ, "கடன்காரிண்ணு சொல்லுவியோ அந்த ஆண்டி
வந்திருக்கிரா," என்றோ எழுதப்படுகிற துணுக்குச் சிரிப்புகளில் உள்ள
குறும்பும் விஷமமும் நமது கவனத்தை ஈர்ப்பவை. பால்யவயதில் குழப்-
படியோ குறும்போ, அவற்றின் தன்மைக்கேற்போ, சமர்த்தென்று சொல்லி
கண்ணேறு கழித்தலோ, ஐயோ இவனை வைத்துக்கொண்டு நான் படற-
பாடு இருக்கிறதே என்று சொல்லி முதுகில் சாத்துக்கவியோ நடப்ப-
துண்டு.

பெரியாழ்வார் திருவாய்மொழியில் :
கன்றுகளோடச்செவியில் கட்டெறும்புபிடித்திட்டால்
தென்றிக்கெடுமாகில் வெண்ணெய்திரட்டிவிழுங்குமாகாண்பன்
நின்றமராமரம்சாய்த்தாய். நீபிறந்ததிருவோணம்
இன்று, நீநீராடவேண்டும் எம்பிரான். ஓடாதேவோராய்.!
கண்ணனைக்கொண்டாடியவிதத்தில் பாரதியும் மகிழ்ந்திருக்கவேண்-
டும், பின்னர் அவரது தீராத விளையாட்டுப்பிள்ளையைக்கொண்டாட,
பெரியாழ்வார் கட்டெறும்பை உதவிக்கு அழைத்து:

"அங்காந் திருக்கும்வாய் தனிலே- கண்ணன்,
ஆறேழு கட்டெறும் பைப்போட்டுவிடுவான்
எங்காலிலும் பார்த்ததுண்டோ? - கண்ணன்
எங்களைச் செய்கின்ற வேடிக்கை யொன்றோ

எனப் பாரதியார் கண்ணனின் குறும்பைக் அல்லது குழப்படியைக் கொண்டாடுகிறார்.

இளவயதில் கொண்டாடப்படும் குறும்பும், குழப்படியும் அதே வரவேற்பினை பிற்காலத்தில் பெற்றுத் தருவதில்லை. மனிதராக வளர்ந்த நிலையில் இக்குழப்படி மோசமான மிருகம், நமக்குள் இருக்கும் வேறொ- ருமனிதன். நேரானது என நினைத்துக்கொண்டிருக்க அது கோணலாக முடியும். அதிகப் பிரசங்கித்தனமாக அல்லது முந்திரிகொட்டைத்தனமாக நமக்குள்ள அத்தனை அறிவையும் பின்னுக்குத் தள்ளிவிட்டு எதையா- வது சொல்லிவிடுவோம், அல்லது செய்துவிடுவோம். கொஞ்சம்கூட இங்- கிதம் தெரியாமல், சபையில் என்ன பேசவேண்டுமென்கிற அறிவு வேண்- டாம்? என்றெல்லாம் வார்த்தைகளைப் பெற்றுத்தரும். நான் கல்லூரியில் படித்தபோது முத்தமிழ் விழாவுக்கு அழைத்திருந்த கழக சட்டமன்ற உறுப்பினரொருவர், 'சற்று முன்னர் சிற்றுண்டியும் சிறுநீரும் அருந்- தினோம்' என்று அடுக்குமொழியில் பேசுவதாக நினைத்துக்கொண்டு உளறிவைத்தார். தவிர அவர் பேச்சுக்கிடையே அடிக்கடி, "நான் என்ன சொல்ல வருகிறேனென்றால்.." என்று சொன்னது அங்கிருந்த ஸ்தாபன காங்கிரஸ் மாணவர்களில் சிலருக்கு வசதியாகப்போய்விட்டது, "சற்று- முன்னர் சிற்றுண்டியும் சிறுநீரும் அருந்தினீர்கள்"- என எதிர்பாட்டுப் பாட ஆரம்பித்துவிட்டார்கள். விழா முடிந்து இரண்டு தரப்பு மாணவர் அணிக்குமிடையே மோதலில் முடிந்தது.

புராணங்களில் தவத்தை மெச்சி முன்பின் யோசிக்காமல்(?)அசுரர்- களுக்கு வரத்தைக்கொடுத்து பின்னர் அவதிபடும் தேவர்களை அறிந்- திருக்கிறோம். இராமனைக் காட்டுக்கு அனுப்பவும், புத்திரசோகத்தில் மடியவும் காரணமாக இருந்தவை சம்பாசுர போரில் கைகேயி உதவி- யமைக்கு அதிகப் பிரசங்கித்தனமாக அல்லது மடமையில் தசரதன் கொடுத்த இருவரங்களே. சூதுக்கழைத்தபோது," சதியுறும் சூதினுக்- கென அழைத்தாய், பெருமை இங்கிதுலுண்டோ? மறுபீடுளதோ? என்ற தருமனே பின்னர் விதியின் பெயரால் மாயச்சூதினுக்கு மனமிணங்கிய- தும், மனைவியை பணயமாக வைத்து தாயம் உருட்டியதுங்கூட மடமை-

தான்.

சிலப்பதிகாரத்தில் கோவலனும் மாதவியும் புகார்நகர இந்திர விழா- விற்கு செல்கின்றனர். கடலாடசென்ற காதலனும் காதலியும் அங்கே வீணைமீட்டி இன்பமாய் பொழிதைக் கழிக்கிறார்கள். மாதவியிடமிருந்து வீணையைப் பெற்ற கோவலன், காதற் சுவைகொண்ட பாடல்களை வாசித்திருக்கிறான். பாடல்களைக் கூர்ந்துகேட்ட மாதவி, வேறுமக- ளிர்பால் விருப்பம்கொண்டு பாடியதாக எண்ணி சிறுபிள்ளைத்தனமாக கோபம் கொண்டு தானும் வேறு குறிப்பு உடையவள்போல வீணையில் கானல்வரிகளை வைத்துப் பாட, அவன் கோபம் கொண்டு அவளை விட்டு நீங்கினான் என்று அறிகிறோம். இதுபோன்ற மடமைத்தனமான காரியத்தில் இறங்கி சங்கடத்திற்கு ஆளான கதைகள் சங்க இலக்- கியங்களிலும் வருகின்றன. அவற்றுள் ஒன்று பொற்கை பாண்டியன் கதை. மக்கள் மனநிலையையும், ஆட்சி பற்றிய கருத்துக்களையும் அறி- வதென்று இரவில் மாறுவேடம் பூண்டு நகரைச் சுற்றிவருகிற பாண்- டிய மன்னன் ஒரிரவு அந்தணனொருவன் வீட்டில் கணவன் மனை- விக்குள் நடந்த உரையாடலைக் கேட்கிறான். கணவனான இளைஞன், "பாண்டிய மன்னன் செங்கோல் செலுத்துகிற நாட்டில் அச்சமின்றி தான் திரும்பிவரும்வரை நிம்மதியாக இருக்கலாமென்று இளம் மனைவியையச் சமாதானப்படுத்திவிட்டு காசியாத்திரை செல்கிறான். தம்மீது, குடிம- கன் வைத்துள்ள நம்பிக்கையைக்கண்டு மகிழ்ந்த மன்னன், அன்றுமு- தல் இரவுதோறும் நகரை வலம்வருகிறபோது, அந்தணன் வீட்டின்மீது கூடுதலாக கவனம் செலுத்துகிறான். வெகுநாட்களுக்குப்பிறகு காசிக்குப் போன இளைஞன் திரும்பிவந்திருக்கிறான். அன்றைய இரவு தம்பதி- யர் இருவரும் வெகு நேரம் பேசிக்கொண்டு இருந்திருக்கிறார்கள். அவ்- வழியாக வந்த மன்னன், காதில் விழுந்த ஆண்குரலை தவறுதலாகப் புரிந்துகொண்டு, பெண்ணுக்கு ஏற்படவிருக்கும் விபரீதத்தை தடுப்பதாக நினைத்துக்கொண்டு அந்தணன் வீட்டுக்கதவைத் தட்ட, உள்ளிருந்து "யாரது?" என்ற குரல். குரலுக்குடையவன் கணவன் என்று உணர்ந்- தபோதுதான் மன்னனுக்குத் தனது மடத்தனம் புரிந்திருக்கிறது. தான் செய்த காரியத்தால் அப்பெண்ணுக்கு இழுக்குநேரலாமென்று அஞ்சி- யவனாய், அவன் பிற இல்லங்களின் கதவைத் தட்டியதும், மறுநாள் அவர்கள் அரசசபையில் முறையிட்டதும், அவர்களுக்கு நீதி வழங்குவ- தாக நினைத்து கையைவெட்டிக்கொண்டதும், இன்றைய அரசியல்வாதி-

களின் பார்வையில் மட்டித்தனம், அறிவுகெட்டத்தனம், முட்டாள்தனம்.

உரைநடை இலக்கியங்கள் என்றான பிறகு இவ்வாறான மடமைகள் குறைவாகவே கையாளப்பட்டிருக்கின்றன என்று சொல்லவேண்டியிருக்-கிறது. மடமையென்பது இயல்பான குணமே, மேதையின் அறிவும் சொந்த மடமையை அறியாது என்பார்கள். எதார்த்தமான கதைகள் என்று சொல்லப்படுகிற தமிழின் சமகால எழுத்துக்களில் மனித இயல்-புகள் புதைக்கப்பட்டு, படைத்த தன் ஞானத்தை வாசகன் குறைத்து மதித்துவிடக்கூடாது என்பதைப்போல சராசரி மாந்தரின் நுண்ணறிவு ஈவு-கூட 150க்குமேல் இருப்பதாகப் பாவித்து எழுதுவதில் இலக்கியம் எங்கே இருக்கிறதென்பது எனக்குப் புரியாத புதிர்.'சோ' ராமசாமியின் முகம்மது பின் துக்ளக்கை, அத்தனை சுலபமாக ஒதுக்கிவிடமுடியாது. மடமை-சேர்ந்த புத்திசாலி பாத்திரங்களை எழுதுவது அத்தனை எளிதான காரி-யமுமல்ல. பாக்கியம் ராமசாமியின் அப்புசாமி ஒரு சுவாரஸ்யமான படைப்பு. தெனாலிராமன் கதைகள், பீர்பால் கதைகள், முல்லாவின் கதைகள் போன்றவை மடமையை மையமாகக்கொண்டு செயல்பட்டபோ-திலும் சிரிக்கவும் சிந்திக்கவும் வைப்பவை. தமிழில் நகைச்சுவையைக் குட்டிச்சுவராக்கிய பெருமை எஸ்வி.சேகர், கிரேஸிமோகன் வகையறாக்-களுக்கு உண்டு. நகைச்சுவையை கையாளுகிறபோது ஓர் அளவு உண்டு அது எல்லைமீறப்படுகிறபோது அபத்தமாக இருக்கிறது.

தாஸ்த்தாய்வ்ஸ்கியின் Idiotல் வரும் நாயகன் மிஷ்க்கின் அபூர்வ-மான மடமைக்குச் சொந்தக்காரன்: இவன் சந்திக்க நேர்ந்தவர்களெல்-லாம் நஸ்த்தாஸ்யா பிலிப்போவ்னா புகழ்பாட, இவனுக்கும் அவளிடத்-தில் சபலம் தட்டுகிறது, அவள் மேல் கொண்ட பைத்தியகாரத்தனமான காதலால் கடைசியில் மீண்டும் நோயுற்று சீரழிந்ததுதான் அவன் கண்ட பலன். பிரெஞ்சுக்காரர்கள், அறிவார்ந்த மடமையை கொண்டாடுகிற-வர்கள். ஆங்கிலேயர்களைக்காட்டிலும் இத்துறையில் இவர்கள் அதிகம் கால் பத்திருக்கலாமென்பது என ஐயம். ரபெலே, ஃப்ளோபெர் போன்று, முட்டாள்களை மாத்திரம் பிரதான கதை மாந்தர்களாகக்கொண்டு வேறு மொழி எழுத்தாளர்களின் படைப்புகள் உள்ளனவா என்று தெரிய-வில்லை. பத்தோடு பதினொன்று என்ற வகையிலேயே நான் வாசித்த ஷேக்ஸ்பியரிலும், டிக்கென்ஸிலும் மடமையாளர்கள் வந்துபோவதாக நினைவு. வொல்த்தேர், மர்செல் ஃப்ரூஸ்ட், மிலென் குந்தெரா, காஃப்கா, ஃப்ளோபெர், உம்பர்ட்டோ எக்கோ போன்ற படைப்பாளிகள், கேலியும்

கிண்டலுமான எழுத்துக்களுக்குச் சொந்தமான சமகால படைப்பாளிகள் என்று குறிப்பிடலாம். உம்பெர்ட்டோ போன்ற எழுத்தாளர்களும் நம்மிடத்திலில்லை, அதைக் அங்கீகரிக்கிற பக்குவங்கொண்ட அரசியல்வாதிகளும் தமிழிலில்லை.

24

மொழிபெயர்ப்பும் மொழிபெயர்ப்பாளனும்

ஒரு படைப்பை மொழிபெயர்ப்பாளனைத் தவிர்த்து வேறொருவர் அத்-தனை ஆழமாகப் படிப்பதில்லை என்று சொல்லப்படுகிறது. மொழிபெ-யர்த்து முடித்தபின்பும், பதிப்பாளருக்கு அனுப்ப இருக்கிற நிலையிலுங்-கூட வாசிக்க வேண்டியிருக்கிறது. ஜெர்மனியில் பிறந்து, 1939லிருந்து பிரான்சில் வசித்துவரும் யூதரான ஜார்ஜ் ஆர்த்தர் கோல்ஸ்மித் ஓர் நல்ல எழுத்தாளர் கட்டுரையாளர், பிரெஞ்சு இலக்கிய உலகிற்கு நீட்ஸே, கா•ப்கா போன்ற ஜெர்மன் அறிவுலகத்தை, தமது மொழிபெயர்ப்பு-கள்வழி அறிமுகப்படுத்தியவருங்கூட.. அவர், மொழி பெயர்ப்பாளன் யார்? என்ற கேள்விக்கு "மொழிபெயர்ப்பாளனென்பவன் எதைச் சொல்-லவேண்டுமோ அதைத் தேடிக்கொண்டிருக்க வேண்டிய அவசியமற்ற ஓர் எழுத்தாளன்", என்கிறார். எல்லாம் எழுதிமுடிக்கப்பட்டு தயார் நிலை-யில் இருப்பதுபோலவும், பதிப்பாளருக்கு அதைத் தபாலில் அனுப்பி-வைக்க வேண்டியதுதான் அவன் செய்யவேண்டிய வேலை எனப் பொது-வாக பலரும் நினைத்துக் கொண்டிருப்பதை ஒரு மொழி பெயர்ப்பாளராக இருந்துகொண்டு அவர் நியாயப்படுத்துவாரா என்று யோசிக்க வேண்-டியிருக்கிறது. பின்னர் அவரே ஓர் இடத்தில், பிரெஞ்சு அறிவுலகம் எர்ன்ஸ்ட் யுங்கெர், மர்ட்டின் ஐடெகெர், கார்ல் ஷ்மிட் மாத்திரமின்றி பல ஜெர்மானியர்களின் சிந்தனைகளை தவறுதலாகப் புரிந்துகொண்டு கடுமையாக விமர்சிப்பதற்கான காரணம் எளிதானது, அவர்கள் இச்-

சிந்தனையாளர்களை அறிந்ததெல்லாம் மொழிபெயர்ப்பின் வழியன்றி, அச்சிந்தனையாளர்களின் மொழியிலல்ல", என்று தெரிவித்திருப்ந்தையும் கவனத்திற் கொள்ளவேண்டும். நல்ல மொழிபெயர்ப்பென்பது ஒரு கடு-மையான பணி. ஒரு சிறுகதையை மொழி பெயர்க்கிற நேரத்தில் ஒரு நாவலை எழுதி முடித்துவிடலாம் என்று நினைப்பதுண்டு. மொழிபெயர்ப்-பில் முழுகிணற்றை தாண்டிய அனுபவம் இதுவரை இல்லை: உரைநடை இலக்கியத்தை மொழிபெயர்க்கிறபோதாவது முக்கால் கிணறு தாண்டுவ-துபோல நினைப்பு, கவிதை என்றால் சொல்லவே வேண்டாம், ஒவ்வொரு முறையும் அரைக்கிணறு தாண்டியவனாகவே உணர்ந்ததால், ஒதுங்-கிக்கொண்டேன். மூல எழுத்தோடு மொழிபெயர்ப்பாளனுக்கு நெருக்கம் வேண்டும். பிரான்சில் சில மொழிபெயர்ப்பாளர்கள், ஒரு சில ஆங்-கில எழுத்தாளருக்கென்று இருக்கிறார்கள், குறிப்பிட்ட எழுத்தாளரின் மனஓட்டத்தை, மொழியை, உணர்வை புரிந்து கொண்டு நன்கு மொழி-பெயர்க்கிறார்கள். முழுமையான மொழிபெயர்ப்பென்று எதுவும் இல்லை என்பதாலோ என்னவோ, பழமையான இலக்கியங்கள் பலவும் மீண்டும் மீண்டும் மொழிபெயர்க்கப்படுகின்றன. "'எப்போதும் ஏதாவதொரு புரி-தலை தருகிற நூல்தான் இலக்கியம்" என்ற கல்வினோவின் கருத்தினை இங்கே நினைவுகூற வேண்டும். பல புரிதல்களுக்கு ஒரு நூல் வழிவ-குக்குமெனில், ஒரே ஒரு மொழிபெயர்ப்பு அதற்குப் போதாதுதான்.

கம்பன் காலத்தில் பதிப்பக உரிமைகளையெல்லாம் கேட்டுப்பெற்று மொழிமாற்றம் செய்யப்படவேண்டும் என்ற விதிகளில்லை. இராமாய-ணக்கதை தொன்மம், புராணம், வாய்மொழி இலக்கியம் எனப் பல வடி-வங்களில் இந்தியப் பிரதேசமெங்கும் வெகுகாலத்திற்கு முன்பே வழக்-கிலிருந்தபோதிலும் முதன் முதலாக எழுத்துருவம் பெற்றதாக சொல்-லப்படுவது வால்மீகி இராமாயணம், அதன் பின்னர் வடமொழியிலும், இதர இந்திய மொழிகளிலும் இராமாயணம் எழுதப்பட்டதாகச் சொல்கி-றார்கள். பின்னர் கம்பன் அவன் பங்கிற்கு வால்மீகி இராமாயணத்தைத் தழுவி ஒன்றை எழுதிவைத்தான், மூல ஆசிரியரை சரியாகப் பிரதிப-டுத்தினானா என்ற கேள்விகள் அப்போது எழவில்லை, ஆகக் கம்பன் அவன் விருப்படி அங்காங்கே மாற்றம் செய்து எழுதமுடிந்தது, கேள்வி-கேட்பவற்கு இது என்னுடைய இராமாயணம், இப்படித்தான் எழுதுவேன் என்று அவனால் சொல்லியிருக்கமுடியும், முடிந்தது, அவனுக்கு ஆதர-வாக வாசித்தவர்களை பிரமிக்க வைக்கும் மொழி ஆற்றலும், கவிதைத்

திறனும், தமிழ் மரபு என்ற உயிர் சத்தும் அவன் படைப்பிலிருந்தது. இப்போது காப்புரிமைகள் இருக்கின்றன. நகலெடுப்பென்றாலும் உடையவரின் அனுமதி வேண்டும் என வற்புறுத்தப்படுகின்றன, மீறுபவர்களுக்குத் தண்டனை. தவிர மொழிபெயர்ப்புக்காக செலவிடும் காலத்திற்கும், விரையமாகும் உழைப்பிற்கும் பலன்கள் என்னவென்று மொழிபெயர்பாளர்கள் அறிந்தே இருக்கிறார்கள்.

மொழிபெயர்ப்புகள் அவசியமா? அவசியமென்றால் எப்படி? அவற்றால் சொந்த மொழிக்கு நேரும் இலாபங்களென்ன நட்டங்களென்ன? என்றெல்லாம் கேள்விகள் எழுப்பப்படுகின்றன.. அறிவியல், பொருளாதாரம், தொழில் நுட்பம் போன்றதுறைகளுக்கு மொழிபெயர்ப்புகள் அவசியம் என்றால் இலக்கியத்திற்கும் அது அவசியமாகிறது. தமிழ் அறிந்தவர்களுக்குத்தான் சுந்தரராமசாமி அன்றோ, பிரெஞ்சு அறிந்தவர்களுக்குத்தான் தெரிதா என்றோ சொல்தற்கு ஒப்பானதுதான் மொழிபெயர்ப்புகள் கூடாதென்பதும். ஆங்கிலம் அறிந்தவர்களுக்கு உலக இலக்கியத்தினை அறியும் வாய்ப்பினை அளிப்பதும், தாய்மொழியன்றி பிறமொழியை அறிந்திராதவர்களுக்கு அவ்வாறான வாய்ப்புகளை (மேற்கத்திய மொழிபெயர்ப்புகளை எதிர்ப்பதனூடாக) கூடாதென்பதும் நியாயமா என்று யோசிக்கவேண்டும். டார்வினையும், ஜன்ஸ்டீனையும், மேடம் க்யூரியையும், ஆடம்ஸ்மித்தையும் தெரிந்துகொள்வதால் என்ன இலாபமோ அந்த இலாபம் மாப்பசானையும், சாமுவேல் பெக்கெட்டையுயும், ஹரூகி முரகாமியையும் வாசிப்பதிலுமுண்டு. உலகமொழிகள் என்று சொல்லப்படுகிற பிரெஞ்சிலும் ஆங்கிலத்திலுங்கூட, அம்மொழிகளில் எழுதப்படும் படைப்புகளுக்கிணையாக பிறமொழி இலக்கியங்கள் மொழி பெயர்க்கபட்டு நூற்றுக்கணக்கில் வெளியிடப்படுகின்றன. சாலமன் ருஷ்டியிலிருந்து பாமாவரை பிரெஞ்சுக்காரர்களுக்குத் தெரியவந்தது மொழிபெயர்ப்பினால்தான். ஆனாலும் தமிழர் அறிந்த பிரெஞ்சு எழுத்தாளர்களைக் காட்டிலும் பிரெஞ்சுக்காரர்கள் அறிந்த தமிழ் எழுத்தாளர்கள் எண்ணிக்கையில் குறைவுதான். இந்த ஏற்றத் தாழ்வு, ஒரு மொழிக்குள்ள செல்வாக்கினைப் பொறுத்தே அமைகிறது என்பது வெளிப்படை.. இச்சிக்கலிலிருந்து விடுபட தமிழ் படைப்புகள் முதலில் இந்தியாவின் முக்கிய மொழிகளில் வெளிவருவதற்கான முயற்சிகள் மேற்கொள்ளப்படவேண்டும். இது அரசு, பதிப்பாளர்கள், எழுத்தாளர்கள் மொழிபெயர்ப்பாளர்கள் ஆகியோரின் கூட்டுமுயற்சியால் மட்டுமே சாதிக்கப்படக்-

கூடியது. இந்திய அளவில் ஒரு தமிழ் நூல் எல்லா மாநிலங்களிலும் பேசபடுகிறதென்றால், நாளை அந்த நூல் ஆங்கிலத்திலோ, பிரெஞ்சு மொழியிலோ வருவதற்கான வாய்ப்புகள் உண்டென்று நம்பலாம்.

தமிழ்ச் சூழலில் மொழிபெயர்ப்பு குறித்து எப்போது விவாதங்கள் இடம்பெற்றாலும் தவறாமல் சொல்லப்படும் குற்றச் சாட்டு பிற நாட்டு இலக்கியங்களிலிருந்து எவற்றை மொழி பெயர்க்கலாம், தமிழுக்கு இது தேவைதானா என்று பார்த்து ஒருவரும் மொழிபெயர்ப்பதில்லை என்பதா- கும். இந்தக்கேள்வியை எப்படி எடுத்துக்கொள்வது என்றெனக்குப் புரி- யவில்லை. தமிழுக்குத் தேவைதானா? என்றால் தேவைதான். தமிழருக்- குத் தேவைதானா என்றால் யோசிக்க வேண்டியிருக்கிறது. சொந்தமொழி படைப்பை வாங்குவதற்குத் தயங்குகிற தமிழர்களுக்கு மொழிபெயர்ப்புக- ளேகூட தேவையில்லைதான். ஒரு விவாதத்திற்கு வைத்துக்கொள்வோம்: தமிழுக்கு இது தேவைதான் என்பதை எப்படி தீர்மானிப்பது? யார் தீர்- மானிப்பது? அதற்கான அளவுகோல் என்ன? அவ்வாறெனில் நாளைக்கு தமிழில் எழுதுவதுங்கூட இப்படியான விதிகளுக்குப் பொருந்தவேண்- டும் என்போமா? -ஒரு படைப்பினை மொழிபெயர்ப்பாளனைத் தவிர்த்து வேறொருவர் அத்தனை ஆழமாகப் படிப்பதில்லை என்றக் கருத்தினை கட்டுரையின் ஆரம்பத்தில் குறிப்பிட்டிருந்தேன். ஆக மொழிபெயர்ப்- பாளன் ஒரு நல்ல வாசகன். இந்த வாசகன் தனது வாசிப்புக்கான நூலை தேர்வு செய்வதற்கு: எழுத்தாளன் யார்? 2.பதிப்பகம் எது? 3. திறனாய்வாளர் கருத்தென்ன? பெற்றவரவேற்பு எப்படி? என்கிற கேள்வி- கள் முக்கியம். தவிர நல்ல வாசகனான மொழிபெயர்ப்பாளன் வாசிப்பின் முடிவில் தனது உணர்வுகளுக்கு செவிசாய்க்காது பொதுமதீப்பீட்டிற்கு உட்பட்டு மொழிபெயர்ப்புக்கான நூலை தேர்வு செய்கிறான். அவ்வா- றான தேர்வுக்கு உட்பட்ட மொழிபெயர்ப்புகள் அனைத்துமே தமிழுக்குத் தேவைதான்.

ஆசிரியரின் பிற நூல்கள்

<u>அ. கவிதைத் தொகுப்பு</u>

1. பேசாதிரு மனமே (தொகுப்பு 1970)
2. அழுவதும் சுகமே (1980)
3. கனவிடைத் தோயும் நாணல் வீடுகள் (2000)

<u>ஆ. கட்டுரைத் தொகுப்புகள்</u>
4. பிரெஞ்சு இலக்கியம் பேசுகிறேன் (2005)
5. சிமொன் தெ பொவ்வார், ஒரு திமிர்ந்த ஞானசெருக்கு(2008)
6. எழுத்தின் தேடுதல் வேட்டை(2010)
7.மொழிவது சுகம் (2012)
8. கதையல்ல வரலாறு (2012)
9. அல்பெர் கமுய் மரணத்தில் மர்மம் (2012)
10. காப்காவின் பிராஹா, பயணக் கட்டுரைகள் (2015)
11. தத்துவத்தின் சித்திரவடிவம் (2015)
12. எழுத்தாளனின் முகவரி (2020)
13. தமிழ் நதி, மொழிவது சுகம்2 (2022)
14. இலங்கு நூல் செய வலர் முனைவர் க. பஞ்சாங்கம் (2022)
15. கதைமனிதர்கள் (2021)
<u>இ. சிறுகதை தொகுப்புகள்</u>
16. கனவு மெய்ப்படவேண்டும்(2002)
17. நந்தகுமாரா நந்தகுமாரா (2005)
18. சன்னலொட்டி அமரும் குருவிகள்(2010),
19. சிரிக்கிற ரொபோவையும் நம்பக்கூடாது(அறிவியல் புனைகதைகள்)(2010)
20. மகாசன்னிதானமும் மர்லின் மன்றோ ஸ்கர்ட்டும் (2015)

21. Corona Chat (2021)

<u>ஈ. நாவல்கள்</u>

22. நீலக்கடல் (தமிழ்நாடு அரசின் வெளிநாட்டவர்க்-கான படைப்பிலக்கிய விருதுபெற்ற நாவல் 2005)

23. மாத்தா ஹரி (2008), கு. சின்னப்பபாரதி அறக்-கட்டளை பரிசு,

24. கிருஷ்ணப்ப நாயக்கர் கௌமுதி (தமிழ்நாடு அரசின் வெளிநாட்டவர்க்கானபடைப்பிலக்கியடைப்பிலக்கிய விருதுபெற்ற நாவல் (2012)

25. காஃப்காவின் நாய்க்குட்டி (2015)

26. Bavâni l'Avatar de Mata Hari - 2015

27. ரணகளம் (2018)

28. இறந்தகாலம் நாவல் (2019)

29. Je vis dans le passé (2021)

30. சைகோன் புதுச்சேரி (2022)

<u>உ. மொழி பெயர்ப்புகள்</u>

<u>பிரெஞ்சு மொழியிலிருந்து தமிழில்</u>

31. போர் அறிவித்தாகிவிட்டது, நவீன பிரெஞ்சு சிறுக-தைகள் (2005)

32. காதலன் (l'Amant), மார்கெரித் துராஸ்(Marguerite Duras) நாவல்(2008)

33. வணக்கம் துயரமே(Bonjour Tristesse),பிரான்சு-வாஸ் சகான்(Françoise Sagan)நாவல்(2009)

34. உயிர்க்கொல்லி (சிறுகதைகள்) (2011)

35. மார்க்சின் கொடுங்கனவு(le cauchemar de Karl Marx),டெனிஸ்கோலன்(Denis colin) (2011)

36. உலகங்கள் விற்பனைக்கு,அதிர்வுக்கதைகள்(2011)

37. குற்ற விசாரணை(le Procès verbal),லெ.கிளே-ஸியோ(Le Clèzio) நாவல் (2013)

38. புரட்சியாளன் (l'Homme révolté) கட்டுரைகள், அல்பெர் கமுய்(Albert Camus)2016

<u>தமிழிலிருந்து பிரெஞ்சு மொழியில்</u>

39. " De haute Lutte" அம்பை சிறுகதைகள்
*****